संतुष्टीचं दुसरं नाव

संत सूरदास

नेत्रांविण जो करी परमेश्वर-दर्शन

सरश्री

सकाळ प्रकाशन

सकाळ प्रकाशन

Santushtiche Dusre Naav : Sant Surdas
by Sirshree Tejparkhi
First published in Marathi by Sakal Media Pvt. Ltd.
by arrangement with Tejgyan Global Foundation

संतुष्टीचं दुसरं नाव : संत सूरदास
सरश्री

प्रथम आवृत्ती : मार्च, २०२५
प्रकाशक : सकाळ मीडिया प्रा. लि.
५९५, बुधवार पेठ, पुणे ४११ ००२
मुखपृष्ठ : मधुमिता शिंदे
मांडणी : अपूर्वा सेलूकर
मुद्रणस्थळ : विकास प्रिंटिंग ॲण्ड कॅरिअर्स प्रा. लि.
प्लॉट नं. ३२, एमआयडीसी, सातपूर, नाशिक
ISBN : 978-93-48048-60-8
संपर्क : ०२०-२४४० ५६७८ / ८८८८८ ४९०५०
sakalprakashan@esakal.com

प्रस्तुत पुस्तक समर्पित आहे, गुरू श्री वल्लभाचार्यजींना, ज्यांनी आपल्या केवळ स्पर्शाने सूरदासांना कृष्णलीलांचं दर्शन घडवलं. त्यानंतर सूरदासांनी आपल्या रचनांद्वारे भक्तांना कृष्णलीला आणि भक्तिरूपी अमृतपान करवलं.

प्रस्तावना

सूरदास : चेतनेचे पॉवर हाउस द ब्लाइंड टॉर्च

'जीवनात भक्तीची पारख वाढवण्यासाठी ईश्वर आपल्याला संदेश पाठवत आहे. असा संदेश पारखण्याची दृष्टी विकसित करणे हा पहिला संदेश आहे.'

कल्पना करा... जगाच्या अशा भागाची, जिथे वीज नाही. त्यामुळे तिथे विजेवर चालणारी उपकरणेही नाहीत. मग तिथे अचानक एक दिवस टॉर्चचा प्रकाश पडतो. हा टॉर्च स्वतः तर अंध असतो, पण तो पृथ्वीवर प्रकाश आणतो. संत सूरदासांनी नेमकं हेच कार्य केलं. त्यांच्या अशा सहयोगामुळेच हे पुस्तक प्रकाशित झालं आहे. परंतु अंध टॉर्चसाठी एक मोठी समस्या अशी होती, की हा प्रकाश लोकांपर्यंत कसा पोहोचवायचा? लोक त्या प्रकाशाचा लाभ कसा घेऊ शकतील?

विचार करा... समजा, वीज असेल; पण विजेवर चालणारी उपकरणं, त्यासाठी लागणारे इतर सामान, तारा वगैरे काहीच नसेल, तर त्या विजेला काय वाटेल? तिला तिचा असण्याचा उद्देश, तिच्यामुळे काय-काय करता येईल, त्या सर्व शक्यता, याबद्दल काही कळणारच नाही. खरंतर उपकरणाशिवाय वीज अपूर्ण आहे आणि विजेशिवाय उपकरणं अपूर्ण आहेत.

बस्स... अगदी असाच संबंध आहे, ईश्वर आणि भक्तांचा! दोघांना एकमेकांची अतिशय गरज आहे. दोघेही एकमेकांशिवाय अपूर्ण आहेत. दोघांचे

मीलन ही सर्वोच्च पूर्णता आहे.

एक भक्त, ईश्वराचे असं उपकरण वा साधन आहे, जो आपली योग्यता आणि जीवनचरित्राद्वारे इतर लोकांपर्यंत ईश्वरीय चेतना पोहोचवण्यास निमित्त ठरतो. ईश्वर भक्ताचं आयुष्य उजळवून टाकतो, झळाळी देतो. मग त्याच्या माध्यमाद्वारे इतर लोकांच्याही आयुष्यात प्रवेश करतो. भक्त चालताफिरता शक्तिसंचय (पॉवर हाउस) बनतो.

ईश्वर विजेप्रमाणे स्वचैतन्य आहे, ज्याला आपण ब्रह्म, परमचैतन्य, महाऊर्जा, स्रोत अशी नावे देतो. खरंतर ईश्वर बाहेर कुठेही नसून, आपल्या शरीररूपी उपकरणातच त्याचा वास असतो. याच ईश्वराच्या उपस्थितीमुळे आपण जिवंत असतो आणि अनुपस्थितीमुळे शव बनतो. या शरीररूपी उपकरणाच्या आत असणाऱ्या मनाला आणि स्रोताला जोडण्याचं काम भक्ती करते. शिवाय, भक्तच हा संबंध जोडू शकतो आणि असा संबंध जोडायला इतरांना मदतही करतो.

बहुतांश भक्त ईश्वराशी स्वतः जोडले तर जातात, परंतु ते इतरांना हे ज्ञान देऊ शकत नाहीत. जगात असे खूप भक्त आहेत, ज्यांच्यामुळे एक-दोन नव्हे, तर लाखो-करोडो लोक ईश्वराशी संलग्न झाले, त्यांच्या सर्वांच्या आयुष्यात भक्तीचा प्रकाश पसरला. या भक्तांनी भजन, दोहे, पदं, छंद इत्यादी रचून, गायन व नृत्याद्वारे भक्ती आणि हे ज्ञान कोट्यवधी लोकांपर्यंत पोहोचवलं आणि अनेक लोकांना ईश्वराशी जोडलं. वेद, शास्त्र यांसारखे कठीण ग्रंथ, जे सामान्य जनतेपासून दूर होते, त्यांना लोकभाषा आणि सोप्या भाषेत जनसामान्यांपर्यंत पोहोचवलं, त्यांच्या हृदयात व भावनांमध्ये उतरवलं.

त्यामुळे जे कृष्णभक्त नाहीत, असे लोकही जेव्हा संत मीरा, चैतन्य महाप्रभू, तुलसीदास किंवा रसखान यांची कृष्णप्रेमाने भारलेली भजनं वा पदं ऐकतात, तेव्हा भक्तिभावाने भरून जातात. त्यांना कृष्णाबद्दल प्रेम वाटू लागतं. ही आहे, एका भक्ताची ताकद, त्याचा शुभ प्रभाव! असेच एक भक्त आहेत, संत सूरदास, ज्यांना कुठल्याही परिचयाची आवश्यकता नाही. कृष्णभक्तीबाबत बोलताना तर सूरदासांचं नाव येणार नाही, असं होणारच नाही. कृष्णाच्या बाललीला आणि कृष्णचरित्राचे जितके सुंदर वर्णन सूरदासांनी आपल्या रचनांमध्ये केलेलं आहे, तितकं अन्यत्र क्वचितच आढळेल.

या ग्रंथात आपण याच महान भक्ताचे जीवनचरित्र आणि त्यांच्या रचनांच्या माध्यमाद्वारे अलौकिक कृष्णभक्तीमध्ये रंगून जाणार आहोत. त्यांच्या भक्तीत अशी शक्ती आहे, जी आपल्या अंतरातील कृष्णचेतनेला जागृत करेल... आणि अशी प्रेमातीत, निरलस, सात्त्विक भक्ती करायला शिकवेल, जिला कृपेचं पोषणतत्त्व म्हटलं जातं. या कृपेमुळे आपण या मायावी जगात शोध घेत जीवन पूर्णत्वाने जगायला शिकतो. सामान्य मनुष्यापासून कृष्णचेतनेचा शक्तिसंचय होतो.

चला, सूरदासांचा परिचय करून घेऊन, त्याद्वारे अशी कृपा प्राप्त करून घेऊ या, जी स्वत:मध्येच एक पोषणतत्त्व आहे. या पोषणतत्त्वामुळे आपलं रूपांतर होईल, कृष्णचेतनेच्या शक्तिसंचयात!

– **सरश्री**

अनुक्रमणिका

सूरदासांचे जीवन

सूरदासांचा जीवनसंदेश

सूरदासांचा रचना संसार

खंड - १

सूरदासांचे जीवन

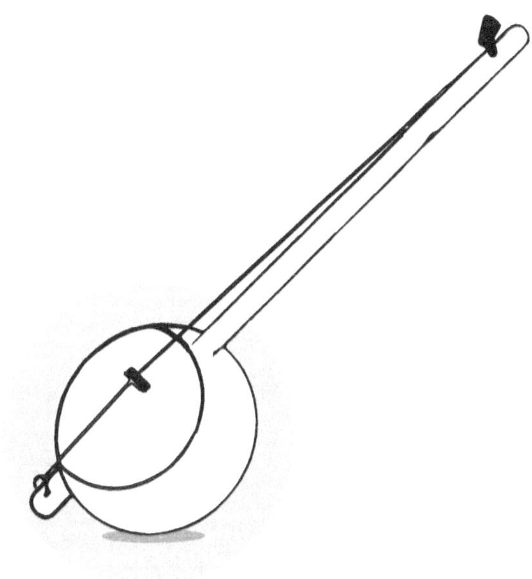

भक्तीच्या बीजांना ज्ञानाच्या शुद्ध गंगेचं पाणी देत राहिलं तर मागून वाटचाल करणाऱ्यांसाठी मुलायम रस्ता आणि बगीचा तयार होईल. असा मार्ग बनवणे ही भक्तीची अभिव्यक्ती आहे.

१

संत सूरदासांचा जन्म आणि गृहत्याग

एका परमभक्तासाठी ताकद, साहस, धाडस, प्रेम व संतुष्टी हीच त्याची भक्ती असते.

हिंदी साहित्याचे महाकवी आणि प्रसिद्ध कृष्णभक्त सूरदासांचा जन्म एका साधारण परिवारात झाला होता. त्यामुळे त्यांची जन्मतिथी आणि जन्मस्थान याबद्दल अनेक मतभेद आहेत. त्यांचा जन्म कुणा राजा-महाराजांच्या घरी झाला असता, तर निश्चितपणे त्यांची जन्मतिथी व जन्मस्थानाची नोंद कुठे ना कुठे झाली असती! परंतु त्यांचा जन्म एका साधारण शिशुरूपात झाला असल्याने त्यांच्या जन्माची योग्य माहिती कुठेही उपलब्ध नाही.

संत सूरदासांच्या जन्माबद्दल विद्वानांची वेगवेगळी मतं आहेत. काही विद्वानांच्या मते, सूरदासांचा जन्म १४७८मध्ये मथुरा आणि आग्रा या शहरांच्या मध्ये रूनकता नामक स्थानाच्या किरोली गावात झाला. तर काही जणांच्या मते, सूरदासांचा जन्म दिल्लीजवळ सीही गावात झाला. अर्थात, त्यांचा जन्म कुठे झाला याने काहीच फरक पडत नाही. फरक याने पडतो, की त्यांनी त्यांचे आयुष्य कसे व्यतीत केले... लोकांमध्ये कृष्णचेतना कशी जागवली! एवढं मात्र निश्चित, की भक्तिकालातील

ते एक प्रमुख कवी होते. त्यामुळेच त्यांनी लिहिलेल्या अद्‌भुत बाललीलांचं गायन आजही केलं जातं. त्यांच्या प्रभावामुळे लाखो लोक कृष्णभक्तीशी जोडले गेले आणि त्यांनी स्वतःचं जीवन सफल बनवलं.

सूरदासांच्या बालपणीच्या कथांना आधार नाही, परंतु त्या जनश्रुतींच्या आधारावर सांगितल्या जातात. सूरदासांच्या पित्याचे नाव पंडित रामदास बैरागी होते, जे त्या काळातील प्रसिद्ध पंडित होते. *साहित्यलहरी* ग्रंथानुसार सूरदास लहानपणी रूनकतामधील गऊघाट येथे राहत होते. कारण तेव्हा सूरदासांचा परिवार रूनकतामधील किलोरी गावात वास्तव्य करत होता. त्यानंतर शिक्षणासाठी सूरदास मथुरेस गेले.

सूरदास जन्मांध असल्याबद्दलही लोकांमध्ये विविध धारणा प्रचलित आहेत. काहींच्या मते, ते जन्मांध होते; तर काहींच्या मते, ते एका दुर्घटनेनंतर अंध झाले. कारण त्यांच्या रचनांमध्ये श्रीकृष्ण, राधा, गोपिका वगैरेंचं जे अद्‌भुत वर्णन पाहावयास मिळतं, ते जन्मांध व्यक्ती करूच शकत नाही.

सूरदासांच्या गळ्यात लहानपणापासूनच माता सरस्वतीचा वास होता. ते अतिशय मधुर आवाजात भजन गात असत. ते जिथे जात, तिथे लोक त्यांच्या भजनांमध्ये स्वतःला हरवून बसत. त्यांच्या मनात सुरुवातीपासूनच कृष्णभक्तीची बीजं रोवली गेली असल्याने त्यांचा ईश्वरावर पूर्ण विश्वास होता.

घर सोडण्याचं कारण

सूरदासांनी लहानपणीच गृहत्याग करून कृष्णभक्तीच्या मार्गावर वाटचाल सुरू केली होती, अशी धारणा आहे. याविषयीची एक लोकधारणा अशीही आहे, ती म्हणजे, सूरदासांचा जन्म झाला, तेव्हा त्यांचे मातापिता खूप आनंदित झाले. परंतु जेव्हा त्यांना समजलं, हे बालक अंध आहे, तेव्हा ते खूप निराश झाले, दुःखी झाले. कारण बहुतेक आई-वडिलांची अशी इच्छा असते, की त्यांची मुलं मोठी होऊन वार्धक्याचा आधार बनतील. परंतु सूरदासांच्या वडिलांनी पाहिलं, ज्याला स्वतःलाच आधाराची गरज आहे, तो त्यांचा आधार कसा काय बनणार... याच विचाराने ते अस्वस्थ त्रस्त राहू लागले.

दुर्दैवाने त्याच सुमारास पित्याच्या उत्पन्नात घट झाली. त्याचा संबंध त्यांनी सूरदासांच्या जन्माशी जोडला. ते विचार करू लागले, 'हे मूल माझ्यासाठी खूपच

अशुभ आहे, एक तर ते अंध, शिवाय नुकसानीला कारणीभूत!' या विचाराने ते अतिशय दुःखी झाले. ही गोष्ट सूरदास थोडे मोठे झाले होते तेव्हाची आहे. त्या वेळी कुणा एका यजमानांनी सूरदासांच्या पित्याकडून एक पूजा करवून घेतली आणि दक्षिणा म्हणून त्यांना सोन्याच्या दोन मोहरा दिल्या. वडील खूप खूश झाले, की चला, बरेच दिवसांनी चांगली दक्षिणा तरी मिळाली! त्यांनी त्या मोहरा एका रुमालात बांधून, एका जागी ठेवून दिल्या. उंदरांनी ते गाठोडं ओढत-ओढत आपल्या बिळात नेऊन ठेवलं. वडिलांना त्या मोहरांची गरज भासली तेव्हा त्यांनी पाहिलं, तर ते गाठोडं तर जागेवर नव्हतं! आता काय करावं... असा विचार करून ते खूपच विचलित झाले. 'धन तर आलं होतं; पण नशिबात नव्हतं, लगेच हरवलं!'

पित्याला होणारा त्रास आणि राग पाहून बालक सूरदासांनी उत्सुकतेनं विचारलं, ''बाबा काय झालं?''

पित्याने विचार केला, 'आता या अंधाला काय सांगायचं?' परंतु विचारलंच आहे, तर सांगतो, ''मोहरा कुठेतरी हरवल्या आहेत, सापडत नाहीत.''

बालक सूरदासांनी विचारलं, ''बाबा, मोहरा कुठे आहेत, हे मी सांगितलं, तर तुम्ही मला घरातून जाण्याची अनुमती द्याल का?''

हे ऐकून वडिलांना आश्चर्य वाटलं! हा अंध मुलगा कसं काय सांगू शकेल, याला तर दिसत नाही! तरी त्यांनी विचार केला, की यात नुकसान होण्यासारखं तर काहीच नाही. सांगून तर बघू... म्हणून त्यांनी अनुमती दिली.

ईश्वरीय कृपा कशी असते पाहा! सूरदास लहानपणापासूनच अंध होते, परंतु त्यांच्यामध्ये काही अद्‌भुत शक्ती जागृत होत होत्या. जेव्हा ते इतर मुलांमध्ये खेळायचे, तेव्हा त्यांना अचानक अधूनमधून चेंडू दिसू लागे. त्यामुळे त्यांना वाटायचं, 'आता तेही त्या मुलांबरोबर बसतील, पाहतील, की ते कोणता खेळ खेळत आहेत!'

या बालकाच्या मनात नेमकं काय सुरू आहे, हे बाहेरून कुणाला कळणंच शक्य नव्हतं. परंतु लहानपणापासूनच अशा काही गोष्टी घडत होत्या, ज्या दिव्य योजनेनुसार पुढे कामी येणार होत्या. यालाच म्हणतात, सिक्स्थ सेन्स... सहावे इंद्रिय जागृत होणे! त्याच आधारावर त्या बालकाने ध्यान लावलं आणि वडिलांना म्हणाले, ''उंदरांच्या बिळात एक छोटंसं गाठोडं आहे, ज्यात तुम्ही रुमालात मोहरा बांधून ठेवल्या होत्या.''

वडिलांनी पाहिलं, तर खरंच तेथे मोहरा सापडल्या. हे पाहून ते खूप खूश झाले. हे पाहून बालक सूरदास म्हणाले, "बाबा, आता मी जाऊ शकतो ना, तुम्ही तसं वचन मला दिलं आहे."

वडिलांनी विचारलं, "अरे, कुठे आणि का जातो आहेस?" कारण आता त्यांना मुलगा उपयुक्त वाटू लागला होता, जो दृष्टी नसूनही किमान काही सांगू तर शकत होता! पुढेही कधी काही हरवलं, तर ते इतरत्र शोधण्याऐवजी ती वस्तू नेमकी कुठे आहे, किमान हे सांगणारा आता त्यांच्या घरातच उपलब्ध होता. म्हणून आता ते चिंतित झाले आणि म्हणाले, "तू पाहू शकत नाहीस, कुठे एकटा जाऊ-येऊ शकत नाहीस, तेव्हा घर सोडून कुठे जाशील?"

त्यावर सूरदास उत्तरले, "मी माझ्या नाही, तर कान्हाच्या भरवशावर जाईन. हे पूर्ण जगच त्याच्या भरवशावर चालू आहे तर मलाही तो आसरा देईल. म्हणून मीही आता जाणार...! राहिली गोष्ट दिसण्याची, तर ज्या प्रकाशामुळे मी दृष्टिहीन असूनही मोहरांचा ठावठिकाणा सांगितला, त्याच प्रकाशाच्या आधाराने मी पुढचा माझा प्रवास करेन. तुम्ही अजिबात चिंता करू नका." अशा प्रकारे पित्याला वचनबद्ध करून, त्यांची आज्ञा घेऊन सूरदासांनी अत्यंत कमी वयात घर सोडले. शिवाय, संन्यास आणि भक्तीच्या मार्गावर त्यांनी त्यांच्या आयुष्याची वाटचाल सुरू केली.

विश्वासाची ताकद

तुलसीदासांची एक खूप प्रसिद्ध चौपाई आहे –

राम भरोसे राम बल, राम नाम बिस्वास।
सुमिरत सुभ मंगल कुसल, मांगत तुलसीदास॥

या चौपाईमध्ये तुलसीदास हीच मागणी करतात, की माझा फक्त रामावरच विश्वास, भरवसा राहो! रामाचेच बल राहो! ज्याच्या केवळ स्मरणाने शुभ, मंगल आणि कुशलता प्राप्त होते, त्या रामनामावरच विश्वास राहो!

खऱ्या भक्ताची हीच प्रार्थना असते आणि हेच लक्षण असते, की तो स्वतःसाठी ताकद मागत नाही, तर भक्ती आणि विश्वासाची शक्ती मागतो. जो भक्त आपल्या ईश्वरावर अतूट विश्वास, पूर्ण भरवसा ठेवतो, त्याला ईश्वराची प्राप्ती तर होतेच; पण मग, जगातील कुठलीही शक्ती त्याला थांबवू शकत नाही. असा भक्त आपलं

जीवन ईश्वरावरील विश्वासानेच जगतो, त्याच्याच हाती आपल्या जीवनाची सूत्रं सोपवतो. हाच विश्वास भक्त प्रल्हादाला नारायणावर आणि मीरेला श्रीकृष्णाबद्दल होता. हीच असते खऱ्या भक्ताची ईश्वरावरील विश्वासाची शक्ती, जी त्याला असाधारण निर्णय घेण्यासाठी सक्षम बनवते. सूरदासांनी जो निर्णय घेतला होता, तीच शक्ती तो अमलात आणण्याची ताकदही देते.

जन्मांध असूनही सूरदासांमध्ये कुठल्याही प्रकारचं भय अथवा असुरक्षतेची भावना नव्हती. कारण ते जाणत होते, की श्रीकृष्ण त्यांचा आधार बनेल, त्यांची रक्षा करेल आणि याच विश्वासाच्या आधारे ते घर सोडून बाहेर पडले.

आजकाल असे खूप भक्त पाहावयास मिळतील जे बरेचदा मंदिरात तर जातात, पूजापाठ करतात; मात्र, एखाद्या लहानशा समस्येनेही विचलित होतात. त्वरित भय, असुरक्षा, नकारात्मकतेने घेरले जातात. अशा वेळी त्यांनी स्वतःला भक्तीच्या कसोटीवर पारखून विचारलं पाहिजे, 'त्यांच्या मनात विश्वासाची शक्ती किती जागृत झाली आहे? ईश्वर आहे आणि तोच या संकटातून त्यांना बाहेर काढेल यावर ते विश्वास ठेवू शकतात का?' ज्या दिवशी भक्ताच्या मनात सूरदासांइतका विश्वास जागृत होईल, त्या दिवशी त्यांची भक्ती योग्य मार्गावर आहे, असं आपण समजू शकतो.

पुढील अध्यायात पाहू या, गृहत्यागानंतर सूरदासांच्या आयुष्यात कोणतं परिवर्तन घडलं?

•••

२

संत सूरदासांचा ईश्वरावर विश्वास

विश्वासाची दौलत ज्ञान आणि भक्तीचा संगम आहे. विश्वास अशी गतिमान शक्ती आहे, जिला ना तराजूत तोलता येतं, ना प्रयोगशाळेत तिचं परीक्षण करू शकतो. आपल्या जीवनातील निर्णयच तिचं दर्शन घडवतात.

जे लोक ईश्वरावर विश्वास ठेवतात, ते परिणामाची कधीही चिंता करत नाहीत. ते त्याच मार्गावरून चालतात, ज्या मार्गावरून त्यांच्यामध्ये वास करणारा ईश्वर त्यांना घेऊन जातो. असे भक्त पूर्ण स्वीकार आणि समर्पण वृत्तीने फक्त ईश्वराचेच आदेश ऐकतात, इतर कुणाचेही नाही! सूरदासही स्वतःची आंतरिक हाक ऐकून लहानपणीच घर सोडून निघाले होते. आता ते एका गावाबाहेर झाडाखाली राहू लागले.

जो ईश्वरावर विसंबून राहतो, त्यांची काळजी ईश्वरही कुणा ना कुणाच्या माध्यमाद्वारे घेतो. सूरदासांबरोबरही असेच झाले. गावातील लोकांनी पाहिलं, एक छोटे बालक एकटेच झाडाखाली बसले असून तहानभूक विसरून गीत गात आहे. तसंही सूरदासांच्या गळ्यात साक्षात सरस्वती विराजमान होती. जोडीला भक्तिभाव तर होताच! त्यांच्या आवाजात एका भक्ताची पीडा, व्यथा, दीनता या सर्वांचं मार्मिक चित्रण होतं. जे लोक ऐकत, ते मंत्रमुग्ध होऊन तेथेच थांबत असत. अशा प्रकारे सूरदासांना एक आश्रय मिळाला, जिथे त्यांना खाण्यापिण्याची चिंता करावी

लागली नाही. एक अनाथ भक्त समजून गावातील लोक त्यांच्या खाण्यापिण्याची व्यवस्था करू लागले. काही दिवस असेच निघून गेले.

एकदा एक गुराखी सूरदासांच्या आजूबाजूला गायी चारत होता. त्या वेळी सूरदास भक्तीत रंगून इतके सुंदर भजन गात होते, की तो त्या भजनात रंगून गेला. त्याच्या गायी पुढे निघून गेल्या. काही वेळाने भानावर आल्यावर त्याला गायी दिसेनात. सगळीकडे शोधूनही गायी मिळाल्या नाहीत, तेव्हा तो रडत-रडत पुन्हा सूरदासांजवळ येऊन बसला.

सूरदास त्याला चांगल्या प्रकारे ओळखत होते, कारण तो रोज सूरदासांना 'राम-राम' करत असे. सूरदासांनी त्याला विचारलं, ''का रे भाऊ, का रडतोस?''

गुराखी आर्त स्वरात उत्तरला, ''काय सांगू तुम्हांला... तुमच्या भजनांनी माझे पाय इथेच खिळून पडले. म्हणून मी इथेच थांबलो, पण माझ्या गायी कुठे निघून गेल्या कोण जाणे! मला त्या सापडतच नाहीत. आता माझा मालक मला मोठी शिक्षा देईल.''

सूरदासांना त्याची खूप दया आली, त्यांना खूप वाईटही वाटलं. तेव्हा त्यांनी लगेच मनातल्या मनात श्रीकृष्णाचं ध्यान केलं आणि गुराख्याला म्हणाले, ''तू जराही चिंता करू नकोस. मी सांगतो गायी कुठे मिळतील ते...''

सूरदासांनी श्रीकृष्णाचं स्मरण करून आपल्या दिव्य दृष्टीने गायी कुठे चरत आहेत, हे पाहिलं आणि त्या जागेचं पूर्ण वर्णन गुराख्याला सांगितलं. मात्र, गुराख्याचा त्यांच्या बोलण्यावर विश्वास बसला नाही, कारण एक तर ते अंध होते. शिवाय, त्यांना त्या गावाविषयी काहीच ठाऊक नव्हतं. परंतु आता गुराख्याजवळ दुसरा पर्यायच शिल्लक नव्हता. त्यामुळे तो उठून सूरदासांनी सांगितलेल्या जागेवर शोधायला गेला. तिथे गेल्यावर तो आश्चर्यचकित झाला, कारण गायी तिथेच चरत होत्या! सूरदासांनी एकदम अचूक जागा सांगितली होती. गुराखी पळत आला आणि त्याने सूरदासांचे पाय धरले. तो म्हणाला, ''आपण सामान्य भक्त नसून, सिद्ध महाराजांचा बाल अवतार आहात!''

त्या गुराख्याने मग संपूर्ण गावभर सांगितलं, की गावाबाहेर झाडाखाली राहणारा, सुंदर भजनं गाणारा बालक सामान्य नसून दिव्य चमत्कारी दृष्टी असलेला आहे! या घटनेनंतर गावात सूरदासांची प्रतिष्ठा वाढली. आता लोक त्यांची सगळीच व्यवस्था करू लागले. त्यांचं राहणं, खाणं, पिणं या सर्वांची लोकांनी

उत्तम व्यवस्था केली. सुरेख झोपडी तयार करून दिली आणि दिवसभर कुणी ना कुणी त्यांच्या मदतीसाठी तिथे राहू लागला. सकाळ-संध्याकाळ तिथे सत्संग होऊ लागला. मग लोक सूरदासांजवळ आपल्या समस्या घेऊन येऊ लागले आणि सूरदासही त्यांना योग्य उपाय सांगू लागले.

अशा प्रकारे ईश्वराने आपल्या भक्ताची सर्व गोष्टींची इतकी उत्तम व्यवस्था करून दिली, जितकी त्यांच्या घरी होत असे; त्याचबरोबर त्यांना समाजात मानसन्मान, प्रतिष्ठाही मिळवून दिली. अशा तऱ्हेने सूरदासांचे दिवस भक्ती, भजन करत आणि गावातील लोकांच्या प्रेमळ सहवासात सुखाने व्यतीत होऊ लागले.

भक्तीचे फळ दुःखमुक्ती नाही!

हा प्रसंग वाचून, आपल्यालाही ईश्वरभक्ती करायला हवी असं वाटेल. त्यामुळे आपली सारी दुःखं, संकटं दूर होतील, जशी सूरदासांची झाली. सूरदासांप्रमाणेच ईश्वर आपल्या सुखसुविधांचीही सोय करेल. ईश्वर आपल्या भक्तांची काळजी घेतो, ही गोष्ट सत्य आहे. संकटप्रसंगी त्यांना उचित मार्ग दाखवतो, योग्य कर्म करण्यासाठी प्रेरित करतो. त्यांना इतकी शक्ती बहाल करतो, की ते ईश्वरनामाच्या साहाय्याने मोठमोठ्या अडचणींमधूनही मार्ग काढू शकतात. हे ईश्वराचं प्रेम आहे, परंतु भक्तीचं लक्ष्य नाही.

तसं पाहिलं तर बहुतांश लोक जीवनातील त्रास दूर व्हावा, यासाठी भक्ती करतात. काही संकट आलंच, तर ईश्वराने ते दूर करावं. भक्तीच्या बदल्यात ते ईश्वराकडून सुखी जीवनाची गॅरंटी मागतात. काही लोक सिद्धीप्राप्तीसाठी मोठमोठी साधनाही करतात, ज्यामुळे ते 'चमत्कारी' म्हणवले जातील. लोक त्यांना सन्मान देतील, त्यांच्यासमोर नतमस्तक होतील. कारण चमत्कार करणाऱ्या भक्त-संतांना समाजाकडून मोठा मानसन्मान मिळतो. त्यांच्यासमोर शिष्यांची संख्या सतत वाढत राहते. याचं कारण म्हणजे, हे जग चमत्कारालाच नमस्कार करते.

विचार करा... एक गुरू आपल्याला सांगतात, 'अहंकार सोडा, सुख-दुःखाकडे समभावनेने पाहा. जे आयुष्यात वाट्याला येतं, त्याचा सहर्ष स्वीकार करा आणि स्वतःमध्ये ईश्वराचं चैतन्य अनुभवा.'

जर कुणी गुरूंजवळ स्वतःचं दुःख वर्णन केलं, तर ते म्हणतात, 'प्रथम हे जाणण्याचा प्रयत्न करा, दुःख कोणाला होत आहे, तुम्हांला, की तुमच्या

शरीराला? तुम्ही केवळ शरीर नाही. या दुःखाला निमित्त बनवून स्वतःची खरी ओळख शोधा.' असे गुरू मनुष्याला त्याच्या मूळ अस्तित्वापर्यंत पोहोचवून, 'अहम् ब्रह्मास्मि' अनुभव शिकवू इच्छितात, जे अध्यात्माचं मुख्य लक्ष्य आहे.

गुरू योग्य प्रकारे जाणतात, जोपर्यंत शरीर आहे, तोपर्यंत सुख-दुःखं येत-जात राहणारच, त्यात आपण अडकून का पडायचं? अंतिम लक्ष्य प्राप्त करण्यासाठी सुख-दुःखांचा शिडीप्रमाणे उपयोग करायला हवा.

दुसरे असे गुरू असतात, ज्यांना तुम्ही स्वतःच्या समस्या सांगता, जसं 'अमुक ठिकाणी वेदना होत आहेत... मुलगा परीक्षेत उत्तीर्ण व्हायला हवा...' मग हे गुरू कुठलातरी अंगाराधुपारा, कुठलंतरी पाणी देतात, ते पिऊन तुमचं दुःख तात्पुरतं दूर होतं. आता तुम्हीच सांगा, तुम्ही कुठल्या गुरूकडे जाल?

बहुतांश लोकांची आध्यात्मिक यात्रा दुःखमुक्तीपर्यंतच मर्यादित असते, तेच त्यांचं लक्ष्य असतं. असे लोक दुसऱ्या प्रकारच्या गुरूकडे जाणं पसंत करतात. परंतु अशाने समस्येतून कायमस्वरूपी मुक्ती मिळत नाही. खूपच कमी साधक असे असतात, जे खरोखरच ईश्वराचा शोध घेऊ इच्छितात, स्वतःची खरी ओळख, वास्तवात ते कोण आहेत, हे जाणू इच्छितात. आपल्या जन्माचं मूळ लक्ष्य जाणून घेण्याची इच्छा धरतात. असे साधकच पहिल्या गुरूंकडे जातात. यात काही वाईट नाही. जशी तुमची इच्छा, तसा गुरू मिळतो, तसाच मार्ग सापडतो.

सुंदर दिसण्याची इच्छा असणाऱ्यांनी ब्युटी पार्लरमध्ये जावं. आरोग्यपूर्ण शरीराची इच्छा असणाऱ्यांनी योगाला जावं. ज्यांना दुःख, संकटं, समस्या यांतून सुटका हवी असेल त्यांनी तशा गुरूंकडे जावं. मात्र, ज्यांना ईश्वरप्राप्ती हवी आहे, त्यांनी फक्त समस्या दूर करणाऱ्या नव्हे; तर योग्य ज्ञान, योग्य समज देणाऱ्या गुरूंकडेच जायला हवं. असे गुरू त्यांना ज्ञान, भक्ती, सेवा यांचं लक्ष्य केवळ सुखप्राप्ती नसून, तो तर बोनस आहे, हे सांगतील. ईश्वरप्राप्तीचं लक्ष्य सर्वोच्च असल्याने, सुखातच गुंतून पडणं इष्ट नाही.

या वेळी सूरदासांची हीच अवस्था होती. ते सुखात गुंतून पडले होते. अंध असल्याने त्यांना स्वतःच्या घरात जो सन्मान कधीही मिळाला नाही, तोच आता त्यांना गावातील लोकांकडून मिळत होता. सूरदास या सत्त्वगुणी अहंकाराच्या मायाजालातून कसे बाहेर पडले, हे आपण पुढील अध्यायात जाणून घेऊ या.

•••

३

संत सूरदासांच्या आंतरिक प्रेरणेचा आरंभ

ज्ञानाच्या जमिनीवर जेव्हा भक्तीचे लहानसे रोप उगवते, मग तेच पुढे काही काळाने मोठ्या वृक्षात रूपांतरित होते, जे लाखो लोकांना प्रेम, आनंद आणि मौनाची सावली देते.

प्रचलित दंतकथांनुसार सूरदास म्हणजे उद्धवाचा पुनर्जन्म होता, जो खरंतर भक्तीची ताकद समजून घेण्यासाठी आणि प्राप्त करण्यासाठी झाला होता. मागील जन्मी उद्धव जिथे होते, त्याच स्थानी सूरदास पोहोचले होते. तेही उद्धवाप्रमाणेच सत्त्वगुणाच्या अहंकारात अडकले होते. श्रीकृष्णाने भक्तीचा पाठ शिकण्यासाठी उद्धवाला गोपींकडे पाठवलं होतं. त्यांच्याकडून उद्धवाने भक्तीची ताकद समजून घेतली होती. या जन्मी मात्र श्रीकृष्णाने सूरदासांना आंतरिक प्रेरणेद्वारे मार्गदर्शन केलं. ते मान, प्रतिष्ठा यात अडकत चालल्याने, एका भक्तासाठी ते निश्चितच योग्य नव्हतं. खरंतर त्यांचा मार्ग पुढेच होता.

अशा प्रकारे सूरदासांचं आयुष्य त्याच गावात लोकांच्या स्वागत-सत्कारात सुखाने व्यतीत होत होतं. ते आता सूरदास नव्हे, तर 'सूरस्वामी' म्हणून संबोधले

जाऊ लागले. परंतु त्यांच्या मनात हळूहळू प्रश्न निर्माण होऊ लागले होते. ते या कुठल्या गोष्टीमध्ये अडकून पडले आहेत?... ज्या मायेपासून सांसारिक बंधनापासून मुक्त होण्यासाठी घर सोडून निघाले होते, पुन्हा त्याच बंधनामध्ये तर अडकले नव्हते?... तिथे तर एकच माता-पिता होते. इथे मात्र इतक्या साऱ्या लोकांच्या मोहमायेत अडकून गेले होते.

आंतरिक प्रेरणेमुळे सूरदासांचं आत्मचिंतन सुरू झालं. त्यांना सतत जाणवू लागलं, की ते भक्ती तर करत आहेत, परंतु ईश्वरप्राप्तीचा त्यांचा प्रवास पुढे जात नाहीये. त्यांचा प्रवास या जागीच येऊन थांबला आहे. त्यांची ईश्वरप्राप्तीची तहान तेवढी तीव्र राहिली नाही, जितकी घर सोडताना होती. गावातील लोकांकडून मिळणारी प्रशंसा, सन्मान त्यांना पथभ्रष्ट करू शकतो... त्यांची हरिदर्शनाची उत्कट इच्छा कमी करू शकतो... असा विचार करून ते गाव सोडून तत्काळ निघाले. त्या वेळी ते अवघ्या १७-१८ वर्षांचे होते. त्यांना श्रीकृष्णाची नगरी मथुरा, वृंदावन येथे जाण्याची मनापासून इच्छा झाली. त्यांनी यमुना नदीच्या किनाऱ्याने चालत-चालत एका नवीन दिशेने प्रवास सुरू केला. अशा प्रकारे त्यांच्या तीव्र, प्रगाढ भक्तीची सुरुवात झाली.

ईश्वराचे मार्गदर्शन समजून घ्या!

तुमच्यासोबतही असं कधी ना कधी घडलंच असेल... जसं तुम्ही काही कार्य करत असाल, आणि त्याच वेळी मनात प्रेरणा निर्माण होते. एखादा सशक्त विचार येतो, ज्याने तुमच्या चिंतनाची दिशा बदलते आणि एकदमच तुमच्याकडून नवीन निर्णय घेतला जातो. तुम्ही ती प्रेरणा ग्रहण करून त्याप्रमाणे कार्य केलं, तर भविष्यात तुम्हांला समजतं, की ती आंतरिक प्रेरणा किती योग्य होती! तिने तुमचं किती कल्याण केलं! याचाच अर्थ, प्रेरणा तुम्हांला योग्य मार्गावर घेऊन गेली.

लोक यश मिळाल्यावर त्याचं श्रेय स्वतःला देऊन म्हणतात, 'त्या वेळी मी असा विचार केला, तसा विचार केला, ज्याचा असा सकारात्मक परिणाम झाला... म्हणून हे यश मिळालं...' परंतु ते ही गोष्ट जाणत नाहीत, की हा सशक्त विचार त्यांचा स्वतःचा नव्हे, तर ईश्वरीय विचार होता, ईश्वराचं मार्गदर्शन होतं. खरंतर हे त्यांना स्वतःच्या आंतरिक स्रोतापासून मिळालं होतं. जे लोक ईश्वराच्या मार्गदर्शनाप्रति ग्रहणशील असतात, ईश्वरीय विचारांप्रति संवेदनशील असतात,

तेच हे मार्गदर्शन समजू शकतात आणि त्याप्रमाणे निर्णय घेऊ शकतात. स्वभावतः भक्त असलेला माणूस, ईश्वरीय मार्गदर्शन लवकर समजू शकतो; पण मायेमध्ये अडकलेला माणूस त्याकडे दुर्लक्ष करून स्वतःच्या मनाचंच ऐकतो.

प्रत्यक्षात ईश्वर, आपल्या भक्ताशी अशा प्रकारे संलग्न होऊ इच्छितो, जो त्याच्या मनात शक्तिशाली विचार उत्पन्न करून जीवनाला नवी दिशा प्रदान करू शकेल. गुरुनानकसाहेबांनी लोकांना आध्यात्मिक ज्ञान देण्यासाठी खूप प्रवास केला. ते अशा कठीण स्थानी गेले, जिथून परत येणं शक्यच नव्हतं. परंतु तरीही ते गेले, कारण स्वतःच्या अंतर्यामी त्यांना ईश्वराचा आवाज ऐकू येत होता. गुरुनानकजी 'जो हुकूम!' असे म्हणून फक्त त्या आवाजाची आज्ञा मानत असत. त्याला ते 'हुकूम साधना' म्हणत असत. त्यांचं म्हणणं होतं, 'तो जशी आज्ञा देईल, तसेच वर्तन मी करेन.' ही असते एक भक्त आणि ईश्वराची ट्युनिंग!

खऱ्या एकनिष्ठ भक्ताचे ईश्वरीय आवाजाशी, आंतरिक संकेताशी फाईन ट्युनिंग असते. त्याला सरळसरळ संकेत मिळत असतात आणि तो त्यांचं पालनही करतो. पण ज्यांची फाईन ट्युनिंग नसते, त्यांना समजायला वेळ लागतो.

कधीकधी भक्ताला ईश्वरीय संकेत नीट समजत नाही, तेव्हा ईश्वर एखाद्या बाह्य कारणांद्वारे आपला संदेश त्यांच्यापर्यंत पोहोचवतो. जसं, संत तुलसीदासांच्या आयुष्यात घडलं... त्यांनी आपला आतला आवाज नीट ऐकला नाही, तेव्हा ईश्वराने त्यांच्या पत्नीला निमित्त बनवून त्यांचे डोळे उघडले, त्यांना नवी दिशा प्रदान केली.

मनुष्य दुःखात असतो, तेव्हा त्याच्या मनात अधिक तीव्रतेने प्रार्थना उमटते. त्या वेळी ईश्वराची मदत, त्याचा संकेत समजण्याची ग्रहणशीलताही वाढलेली असते. सूरदास स्वतःच्या घरी होते, तेव्हा ते पित्याच्या वागणुकीमुळे दुःखी होते, म्हणून त्यांनी ईश्वराचं मार्गदर्शन लवकर ग्रहण केलं आणि घर सोडलं. परंतु या गावात ते सुखसुविधा, प्रेम आणि सन्मानाच्या वातावरणात राहत होते. त्यामुळे त्यांनी बराच काळ सामान्यपणे व्यतीत केला. परंतु एक वेळ अशी आली, जेव्हा त्यांना ईश्वराचं मार्गदर्शन लक्षात आलं. ती आंतरिक प्रेरणा ऐकून त्यांनी नवीन पाऊल उचललं!

ईश्वराचं मार्गदर्शन मिळावं यासाठी प्रार्थना

आपलं जीवन ईश्वराच्या मार्गदर्शनाप्रमाणे चालावं, अशी आपली इच्छा असेल तर ईश्वराची पूर्ण भक्तिभावनेने प्रार्थना करा. 'हे ईश्वरा! मी स्वतःचं भलं, चांगलं-वाईट तितकं चांगल्या प्रकारे समजू शकत नाही, जितकं योग्य तू समजतोस आणि तू तर माझी दिव्य योजना जाणतोस. म्हणून मला मार्गदर्शन कर, ज्यायोगे मी दिव्य योजना कार्यान्वित करू शकेन! मला तसं मार्गदर्शन ग्रहण करण्याची कुवत दे. त्याचबरोबर इतकं साहस आणि शक्तीही प्रदान कर, ज्यायोगे तू सांगितलेल्या मार्गदर्शनाप्रमाणे मी कार्य करू शकेन. आता मी माझ्या आयुष्याची दोरी तुझ्या हाती सोपवली आहे.' ईश्वर तर सर्वांनाच मार्गदर्शन करतो. अशी प्रार्थना केल्याने हे मार्गदर्शन ग्रहण करण्याची तुमची पात्रता वाढेल!

आत्मचिंतनाने आसक्तीचे दर्शन करा

सूरदासांनी आत्मचिंतन करून आपल्यातील बंधन जाणलं आणि ईश्वरीय प्रेरणेने ती बंधनं तोडून ते पुढे अग्रेसर झाले, हे आपण पाहिलंच. या कथेतून ईश्वरभक्त मोठी गहन गोष्ट शिकू शकतो. प्रत्येक जण मायेमध्ये जन्म घेतो आणि त्या मायेच्या प्रभावामुळे तो या बंधनात बांधलाही जातो. प्रत्येक मनुष्य स्वतःच्या स्वभावानुसार वेगवेगळी आसक्ती किंवा मोह बाळगतो. जसं, काही जणांना खाण्याची आसक्ती असते. स्वादाच्या मोहात अडकून ते स्वतःचं स्वास्थ्य बिघडवून घेतात. कुणाला मनोरंजन, कुणाला विषयवासना, कुणाला आळस तर कुणाला स्वस्तुती ऐकण्याची आसक्ती असते. काही जणांना स्वतःला 'ज्ञानी' म्हणवून घेण्याची आसक्ती असते. त्यांना त्याचं प्रदर्शन करता यावं, इतरांसमोर स्वतःला श्रेष्ठ सिद्ध करता यावं, फक्त यासाठी ते शिकतात.

कुठल्याही आसक्तीचं बंधन भक्तीला कमजोर करतं. ते माणसाच्या मनाला आणि मेंदूला आपल्या काबूत ठेवतं. मग माणूस भक्तीऐवजी आसक्तीला तृप्त करण्याच्या मागे लागतो, त्यातच समाधान मानतो. ज्याप्रमाणे तुलसीदास विषयवासनेत गुंतून रामभक्तीला विन्मुख झाले होते, त्याचप्रमाणे सूरदास गावातील लोकांचं प्रेम, सन्मान व सुखसुविधांच्या बंधनात आपलं लक्ष्यच विसरून गेले. खरंतर यासाठीच त्यांनी घर सोडलं होतं. परंतु जेव्हा त्यांनी आत्मचिंतन करून आपल्या आसक्तीचं, बंधनांचं दर्शन केलं, तेव्हा ईश्वरीय प्रेरणेने त्यातून ते मुक्तही झाले.

यासाठीच कुठल्याही बंधनातून मुक्त होण्यासाठी प्रथम त्याचं दर्शन होणं गरजेचं आहे. आपल्याला हे माहीत हवं, की आपण कुठल्या गोष्टीत अडकलो आहोत, कुठे गुंतलो आहोत; तेव्हाच त्यातून मुक्त होण्याचा मार्ग आपण शोधू शकतो. मात्र, त्यासाठी ईश्वराची प्रार्थना आणि आत्मचिंतन करणं आवश्यक आहे. भक्तांच्या विकासासाठी आत्मचिंतन करणं अत्यंत गरजेचं आहे.

पुढील अध्यायात आपण सूरदासांनी गऊघाटावर जीवन कसं व्यतीत केलं, तिथे त्यांची काय उपलब्धी होती, त्यांचं जीवन कसं बदललं, हे जाणून घेऊ या.

•••

४

संत सूरदासांच्या जीवनात गुरूंचं आगमन

गुरू-शिष्याचं नातं मनुष्याच्या जीवनात स्वज्ञानाचा प्रकाश पसरवून आनंदाचा सागर आणि भक्तीची बहार आणतं. हेच नातं मनुष्यजन्माची उद्देश्यपूर्ती करतं.

सूरदासांनी काही काळ वृंदावनातील कृष्णमंदिरांची यात्रा केली. तिथे अगदी मनापासून, साश्रुपूर्ण नयनाने, दीनतेच्या भावनेने ते भजनं गात. ते जिथे गात, तिथे भक्त एकत्रित होत असत आणि त्यांच्यासमवेत भक्तिरसात न्हाऊन निघत. त्यांची भजनं आणि पदांची रचना अतिशय प्रभावी असायची. त्यात भक्ताचा दीनहीन भाव समाविष्ट असे, भक्ताची आर्त हाक असे. सूरदासांचे मन मथुरेच्या गर्दीत न रमल्याने त्यांनी आग्रा-मथुरा मार्गावर यमुनेच्या किनारी गऊघाटावर आश्रय घेतला. तिथे राहून ते भक्ती करू लागले. मात्र, या वेळी सूरदास कुठल्याही सांसारिक बंधनात अडकले नाहीत. कुणी त्यांच्यासाठी काही केलं तरी ठीक, नाही केलं तरी ठीक! ते सदैव कृष्णभक्तीत लीन राहत.

भक्त होता, ईश्वर होता, परंतु त्यांना जोडणारी कडी अद्याप अदृश्य होती! आणि ही कडी होती सद्‌गुरूची! आपण ज्या गोष्टीसाठी पात्र असतो, ती गोष्ट

आपल्याजवळ स्वतःहून येते, हा निसर्गनियमच आहे. आसक्तीरहित भक्तीमुळे सूरदासांनी त्यांच्या जीवनात योग्य गुरूचं आगमन होण्याची पात्रता तयार केली होती. संत सूरदासांना दिव्य योजनेनुसार, आपली भक्ती आणि रचनांद्वारे एका विशाल जनसमूहामध्ये कृष्णभक्तीची ज्योत प्रज्वलित करायची होती. या सर्वोच्च उद्देशाच्या तयारीसाठी त्यांना श्रेष्ठ गुरू हवे होते, जे पुढे त्यांना मिळाले. त्यांच्या आयुष्यात जेव्हा गुरू श्री वल्लभाचार्यांचं आगमन झालं, तो हाच काळ होता.

परंतु हे कसं झालं? हे समजून घेण्याआधी वल्लभाचार्यांचा संक्षिप्त परिचय जाणून घेऊ या.

सूरदासांचे गुरू श्रीवल्लभाचार्य

वल्लभाचार्य भक्तिकालीन सगुण धारा, कृष्णभक्ती शाखेचे प्रमुख गुरू होते. ते भक्तिमार्गाची एक शाखा पुष्टिमार्गाचे जनक मानले जातात. पुष्टीचा अर्थ आहे, आपल्या आराध्य देवाकडून त्याचा अनुग्रह म्हणजेच कृपा मागणे. स्वतःला त्याच्या भरवशावर सोपवून देणे, त्याच्या लीलांचं गायन करत भक्ती करणे. हा द्वैतभाव आहे, ज्यात ईश्वर स्वामी असतो आणि भक्त त्याचा दास. संत सूरदास नेहमी श्रीकृष्णाची दास्यभावाने भक्ती करत असत.

वल्लभाचार्यांचा जन्म काशीनगरीजवळ झाला. त्यांचे मातापिता दक्षिण भारतीय आणि जातीने ब्राह्मण होते. त्यांच्या पित्याचे नाव लक्ष्मणभट्ट आणि मातेचे नाव इलम्मागारू होते. वल्लभाचार्यांचे आरंभिक जीवन काशीमध्ये व्यतीत झाले, जिथे त्यांच्या शिक्षणाची समुचित व्यवस्था केली गेली होती. ते पहिल्यापासूनच कुशाग्र बुद्धीचे आणि प्रतिभाशाली होते. लहान वयातच त्यांनी वेद, शास्त्र, दर्शन, पुराण आणि अन्य विविध धार्मिक ग्रंथ पूर्ण समजून घेऊन त्याचं अध्ययन केलं. ते वैष्णव धर्माव्यतिरिक्त जैन, बौद्ध, शैव, शाक्त आदि धर्म संप्रदायांचे अद्वितीय विद्वान होते. आपल्या ज्ञान आणि पांडित्यामुळे त्यांनी काशीच्या विद्वानांमध्ये सन्माननीय स्थान प्राप्त केलं होतं.

वल्लभाचार्यांना रुद्रसंप्रदायाच्या श्री बिल्वमंगलाचार्यांनी 'अष्टादशाक्षर गोपाल' मंत्राची दीक्षा दिली होती. त्यानंतर स्वामी नारायणेन्द्र तीर्थ यांचेकडून संन्यासाची दीक्षा मिळाली. वल्लभाचार्यांचा विवाह पंडित श्रीदेवभट्ट यांची कन्या महालक्ष्मी हिच्याशी झाला. त्यांना दोन पुत्र झाले, श्री गोपीनाथ आणि श्री विठ्ठलनाथ.

वल्लभाचार्यांचे मुख्य शिष्य ८४ मानले जातात, त्याव्यतिरिक्त अगणित भक्त, सेवक आणि अनेक अनुयायी होते. त्यांचे पुत्र श्री विठ्ठलनाथजी यांना गुसाई (गोसाई)जी म्हटलं जात असे. त्यानंतर वल्लभाचार्यांचे चार प्रमुख शिष्य – भक्त सूरदास, कृष्णदास, परमानंददास आणि कुम्भनदास. शिवाय, स्वतःचे चार शिष्य – नंददास, छीतस्वामी, गोविंद स्वामी आणि चतुर्भुजदास यांचा एक समूह स्थापन केला, जो 'अष्टछाप कवी' या नावाने प्रसिद्ध झाला. हे सर्व आठ कवी होते, ते आपल्या भक्तिरचना कीर्तनामध्ये गात असत आणि लोकांना भक्ती करण्यासाठी प्रेरित करत असत.

वल्लभाचार्य आणि सूरदासांची प्रथम भेट

एकदा वल्लभाचार्य आगरा-मथुरा रस्त्याने यमुना नदीच्या किनाऱ्याने चालतच वृंदावनाकडे निघाले होते, तेव्हा त्यांना एक अंधभक्त दिसला, जो भावव्याकूळ होऊन मनापासून भजन गात होता. ते करुण गायन ऐकून वल्लभाचार्यांचे पाय तेथेच थबकले. होय, ते सूरदासच होते, जे आर्ततेने भजनाद्वारे ईश्वराला आळवत होते. विनयपूर्वक म्हणत होते –

मो सम कौन कुटिल खल कामी।
जेंहि तनु दियौ ताहिं बिसरायौ, ऐसौ, नोनहरामी॥
भरि भरि उदर विषय कों धावौं, जैसे सूकर ग्रामी।
हरिजन छांड़ि हरी-विमुखन की निसदिन करत गुलामी॥
पापी कौन बड़ो है मोतें, सब पतितन में नामी।
सूर, पतित कों ठौर कहां है, सुनिए श्रीपति स्वामी॥

या पदाचा भावार्थ असा आहे –

हे मम कृष्ण, माझ्यासारखा वक्र बुद्धीचा, दुष्ट आणि विषयवासनांमध्ये गुंतून पडलेला कामुक (लहरी) मनुष्य, या जगात दुसरा कोणी असेल का? हे दयाळू भगवंता! आपल्यापासून माझी कुठलीतरी बाब लपली आहे का? माझे सगळे अवगुण तर आपल्याला ज्ञात आहेतच. आपण तर सर्वांसाठी अंतर्यामी आहात.

कशी वाईट बुद्धी आहे माझी, ज्या परमात्म्याने माझ्यावर कृपा करून

भक्ती आणि सत्कर्म करण्यासाठी हे मानव शरीर दिलं, त्यालाच मी विसरून गेलो. मी असा कृतघ्न कसा निघालो? जसे पोट भरलेले असूनही डुक्कर मल दिसल्यावर ते खाण्यासाठी धावतो, तसेच मीही वारंवार सुखोपभोग करूनही तृप्त होत नाही, रात्रंदिवस त्यातच गुंतून पडतो.

सत्संग मला आवडत नाही, तिथून माझं मन पलायन करतं. जेव्हा सत्संगातील वचनं ऐकण्यास बसतो, तेव्हा माझ्या मनात आळस, अरुची निर्माण होते. बाह्य जगाकडे दृष्टी वळते किंवा झोप येऊ लागते. मला विषयी लोकांमध्ये राहण्यात मोठा आनंद मिळतो. ईश्वरचरणांची भक्ती सोडून ईश्वरभक्तिविमुख राहणाऱ्या लोकांच्या मागे पुढे करण्यात, त्यांचं बोलणं रस घेऊन ऐकण्यात मोठा आनंद मिळतो.

मी मोठा पापी, अत्यंत नीच आणि अपराधी आहे. सर्व जण मला मोठा भक्त समजतात, पण मी सर्व पापी लोकांमधला सर्वांत मोठा पापी आहे.

पुढे संत सूरदास म्हणतात, 'हे प्रभू! हे स्वामी! हे लक्ष्मीपती! तुम्ही पाप्यांचा उद्धार करणारे आहात, म्हणून मज पाप्याचाही उद्धार करा.'

हे भजन ऐकून वल्लभाचार्य सूरदासांना म्हणाले, ''तुझा इतका गोड आवाज आहे, तू इतकी उत्तम भजनं लिहितोस, ही ईश्वराची तुझ्यावर किती अद्भुत कृपा आहे; मग असा हीनदीन होऊन, दु:खीकष्टी होऊन का बसलास? कृष्णाच्या मधुर लीलांचं गायन का करत नाहीस? त्याच्या रूपमाधुर्याचे वर्णन का करत नाहीस?''

हे ऐकून सूरदासांनी हात जोडले आणि म्हणाले, ''मी अभागी तर जन्मापासून अंध आहे, मला श्रीकृष्णलीला कशी कळणार?'' तेव्हा वल्लभाचार्यांनी सूरदासांच्या मस्तकावर हात ठेवला. त्यांच्या हाताचा स्पर्श होताच व्रज भूमीमध्ये घटित श्रीकृष्णाच्या सर्व लीला सूरदासांच्या बंद डोळ्यांसमोर तरळल्या, असे म्हणतात.

ते श्रीकृष्णाच्या प्रत्येक लीलेचे साक्षी बनले, ज्यांनी आजवर त्यांच्या फक्त कथाच ऐकल्या होत्या. पण आता हा चमत्कारी स्पर्श प्राप्त झाल्याने सूरदास धन्य झाले! त्यांचं मन प्रेमाने आणि उत्साहाने भरून गेलं वल्लभाचार्यांच्या चरणांशी बसून, कळवळून त्यांना शरण गेले. शिष्य म्हणून त्यांनी सूरदासांना स्वीकारावे, अशी विनंती ते करू लागले. हे गुरू-शिष्याचं अद्भुत मीलन होतं. शिष्याला गुरुप्राप्तीची जेवढी आस असते, तेवढीच गुरूंनाही शिष्यासाठी होती. सूरदासांचं

व्यक्तित्व किती विलक्षण आहे, हे वल्लभाचार्यांच्या पारखी नजरेने पहिल्या प्रसंगातच जाणलं होतं. त्यांचा जन्म एका महान उपदेशासाठी झाला असल्याने, वल्लभाचार्य सूरदासांना त्यांच्याबरोबर वृंदावनात घेऊन आले. शिवाय, श्रीनाथ मंदिरात होणाऱ्या आरतीच्या वेळी रोज एक नवीन पद रचून गाण्याची सूरदासांना आज्ञा केली. सूरदासांनी त्या आज्ञेचं तंतोतंत पालन केलं.

सूरदासांनी कृष्णमंदिरात रचलेली आणि गायलेली हजारो पदं *सुरसागर* ग्रंथात संग्रहित आहेत. कृष्णभक्त आजही जगाच्या कानाकोपऱ्यांत या पदांचे गायन करत आहेत आणि कृष्णप्रेमात न्हाऊन निघत आहेत.

•••

५

सूरदासांना पुष्टिमार्गाचं जहाज कसं मिळालं?

ईश्वर, मानवी शरीरासोबत भक्तीच्या अभिव्यक्तीद्वारे सृष्टीच्या रचनात्मकतेचे कौतुक करण्याकरिता आणि तिला अधिक सुंदर करण्यासाठी जोडला गेला आहे; कुणाच्या चहाड्या-चुगल्या, व्यर्थ विचार आणि चिंता करण्यासाठी नाही!

सूरदासांचं हृदय कृष्णभक्तीत रममाण झालेलं होतं, गुरू वल्लभाचार्यांच्या सहवासात त्या भक्तीला योग्य दिशा मिळाली. भक्तीबरोबर दुःख होतं, तिथे आता आनंदीआनंद होता. ते स्वतःला हीनदीन समजत होते, आता प्रभुकृपापात्र समजू लागले. ते याच भावनेत आनंदी राहायचे, की त्यांच्यावर कृष्णकृपेचा, गुरुकृपेचा वर्षाव होत आहे. ते भावविभोर होऊन नवीन पदांची रचना करत व गात असत.

वल्लभाचार्यांनी गीतेवर लिहिलेली 'टीका सुबोधिनी' अतिशय प्रेमाने सूरदासांना समजावून सांगितली. त्यातील उपदेश ऐकून सूरदासांचे ज्ञानचक्षू उघडले गेले. अशा प्रकारे वल्लभाचार्यांनी सूरदासांचं अंतःकरण पूर्णतः निर्मळ करून त्यांना ज्ञान व भक्तीच्या सर्वोच्च स्थानी पोहोचवले. तिथे आता कुठलीही कामना शिल्लक नव्हती, होती केवळ भक्तीची अभिव्यक्ती!

पुष्टिमार्गाचं जहाज

सूरदासांना 'पुष्टिमार्गाचं जहाज' असंही म्हटलं जातं. पुष्टीचा शाब्दिक अर्थ आहे, पोषण! श्रीमद्भागवतात ईश्वराच्या अनुग्रह व कृपेला भक्ताचं पोषण संबोधलं गेलं आहे. 'पोषणं तदनुग्रहः।' वल्लभाचार्यांच्या अनुसार, काळाच्या प्रभावापासून मुक्त करणाऱ्या कृष्णाचा अनुग्रह (कृपा) हीच पुष्टी आहे.

पुष्टिमार्गी भक्तीचा मूळ आधार आहे, ईश्वरकृपेचा अनुभव करणे आणि ईश्वराप्रति पूर्ण समर्पण असणे. या मार्गात, भक्त ईश्वराजवळ त्याच्या कृपेची मागणी करतो. मात्र, ईश्वर भक्तावर आपल्या कृपेचा वर्षाव त्याआधीच करेल, असा पूर्ण विश्वास असतो. ईश्वराकडे काही मागायचं नाही, तर फक्त त्याच्या कृपेच्या वर्षावात चिंब भिजायचं आहे!

एका उदाहरणाने ही गोष्ट समजून घेऊ. एका कंपनीच्या मालकाला तेथे काम करणारे कर्मचारी आपल्या कामाने, बोलण्याने खूश करण्याचा प्रयत्न करत होते, ज्यायोगे त्यांचा पगार वाढेल, पदोन्नती होईल. त्यामुळे सतत, त्यांचा मालक खूश कसा राहील हाच त्यांचा प्रयत्न असतो. मात्र, हाच मालक घरी जातो, तेव्हा त्याची मुलं असा कुठलाही विशेष प्रयत्न करताना दिसत नाहीत. कारण ते आपल्या पित्यावर सहज़रीत्या प्रेम करत असतात. त्यांना ठाऊक असतं, त्यांच्या पित्याचं प्रेम आणि आशीर्वाद मिळवण्यासाठी मुलांना विशेष प्रयत्न, अन्य काही करण्याची गरज नाही. आपण त्यांची मुलं आहोत... ते आपल्यावर प्रेम करतात... आपली काळजी घेतात... व पुढेही घेतील... बस्स! असं जे मुलांचं स्वतःच्या पित्यावरचं प्रेम आहे, तेच पुष्टिमार्गाचं उदाहरण आहे. अगदी याप्रमाणेच ईश्वराचं आपल्या भक्तांवरचं प्रेम कधीही कमी होत नाही, ते न मागताही निरंतर मिळतच राहतं.

ईश्वर तर सर्वांवर एकसारखाच कृपेचा वर्षाव करत असतो, हे तितकंच वास्तव आहे. परंतु आपण मानवच असे आहोत, जे चुकीच्या धारणा, विकार आणि भावनांरूपी छत्री ताणून धरतो, ईश्वरकृपेला स्वतःपर्यंत पोहोचू देत नाही. जसजसं आपण ज्ञान-सेवा-भक्ती यांच्याद्वारे आत्मसुधारणा करतो, भक्तीमध्ये शुद्धता आणतो, तसतसं ईश्वरीय कृपा आपल्यापर्यंत पोहोचण्याचे मार्ग आपोआप खुले होत जातात.

सूरदास या भावनेपर्यंत पोहोचले, तेव्हा त्यांनी एकाहून एक सरस अशा कृष्णभक्तीच्या रचना लिहिल्या, ज्यात दीनता नाही, तर फक्त आनंद होता.

पुष्टिमार्गातील भक्तीचे तीन प्रकार

पुष्टिमार्गात जिवांचे तीन प्रकार असतात : प्रवाह जीव, मर्यादा जीव, पुष्टी जीव. जन्ममरणाच्या फेऱ्यात अडकलेल्या आणि कर्मबंधनात अडकलेल्या सामान्य सांसारिक जिवाला 'प्रवाह जीव' म्हणतात. जे जीव वेद, उपनिषदं आदि ज्ञानग्रंथाचे अध्ययन करून ध्यान, तपस्या आदी विधींनी ईश्वराला समजून घेण्याचा, प्राप्त करण्याचा प्रयत्न करतात, त्यांना 'मर्यादा जीव' म्हणतात. जो जीव ईश्वरभक्ती आणि स्नेहाला जगण्याचे उद्दिष्ट बनवतो, त्याला 'पुष्टी जीव' म्हणतात.

पुष्टिमार्गात भक्तीच्या तीन अवधारणा आहेत : प्रवाह पुष्टी भक्ती, मर्यादा पुष्टी भक्ती आणि शुद्ध पुष्टी भक्ती. 'प्रवाह पुष्टी भक्ती'अंतर्गत जन्ममरणाच्या चक्रात बद्ध असलेला भक्त, ईश्वराचं स्मरण करत मोक्ष प्राप्त करतो. 'मर्यादा पुष्टी भक्ती'अंतर्गत भक्त, ज्ञानमार्गाने ब्रह्मज्ञान प्राप्त करून ईश्वराचा शोध घेतो. जेव्हा त्याचा अहंकार विलीन होतो तेव्हा तो मुक्तीच्या मार्गावर अग्रेसर होतो.

'शुद्ध पुष्टी भक्ती'त भक्त स्वतःला पूर्णपणे समर्पित करून ईश्वराला शरण जातो, समर्पित होतो. तेव्हा त्याला मुक्तीचीही कामना राहत नाही. कारण भक्तीच्या आनंदात लीन होऊन तो स्वतःला मुक्त समजतो, आपल्या मुक्तीचा भार तो ईश्वरावरच सोपवतो. ईश्वर अशा भक्तांचं स्वतःच्या मुलाप्रमाणे पालन करतो, स्नेह करतो.

शुद्ध पुष्टी भक्तीची मुक्ती सर्वांत सरळ आणि सोपी असते, कारण ईश्वराला शरण गेल्यावर भक्ताची सारी दुःखं दूर होतात. मात्र, तरीही काही लोकांना अशी भक्ती कठीण वाटते, कारण आपला अहंकार त्यागून, आपल्या आयुष्याची सूत्रं पूर्णपणे ईश्वराच्या हाती सोपवणं मानवासाठी अतिशय कठीण असतं. मनुष्य सहजासहजी ही गोष्ट करू शकत नाही, स्वतःला समर्पित करू शकत नाही.

एखाद्या कामात काही अडचण येत असेल, तर खरा भक्त म्हणतो, 'मी माझं काम योग्य प्रकारे करतो, बाकी ईश्वराची मर्जी!' तेथे दुसऱ्या प्रकारचा भक्त चिंता आणि तणावाने ग्रासलेला राहतो. पुष्टी मार्गाच्या भक्तीला माधुर्यभक्ती अथवा प्रेमाभक्ती असंही म्हणतात. इथे श्रीकृष्ण एकमात्र आधार व आश्रय असतात. इतर जीव, गोपी आणि सूरदासांसारखे भक्त आश्रित असतात. ते कृष्णाच्या रूपमाधुर्यात हरवून जातात, सहज मुक्ती मिळवतात.

सूरदासांची एक सुंदर रचना वाचू या, जी त्यांनी याच भावनेने लिहिली आहे.

मेरो मन अनत कहां सुख पावै।
जैसे उड़ि जहाज कौ पंछी पुनि जहाज पै आवै॥
कमलनैन कौ छांड़ि महातम और देव को ध्यावै।
परमगंग कों छांड़ि पियासो दुर्मती कूप खनावै॥
जिन मधुकर अंबुज-रस चाख्यौ, यों करील-फल खावै।
सूरदास, प्रभु कामधेनु तजि छेरी कौन दुहावै॥

भावार्थ : सूरदास आपल्या मन:स्थितीचं वर्णन करताना म्हणतात : माझ्या मनाला आता इतरत्र कुठेही सुख मिळत नाही. श्रीकृष्णाचे चरणच आता माझा एकमेव आधार, आश्रय आहे. मन इतरत्र भटकून पुन्हा तिथेच परतून येतं. जसं, समुद्रात चालणाऱ्या जहाजावर एखादा पक्षी बसतो, मग तो जहाज सोडून आकाशात उंच भरारी मारून परत जहाजावर परततो, तसंच माझं मनही ईश्वरचरणी रमलेलं आहे, आता त्याचं इतर कुठेही स्थान नाही.

काही लोक कमलनयन श्रीकृष्णाला जाणून घेतल्याशिवायच अन्य कुणाचेही भजन करतात. ते किती अज्ञानी आहेत! जे जवळ वाहणारी गंगा सोडून, विहीर खोदून तहान भागवू इच्छितात. जो भ्रमर कमळाचा रस चाखतो, तो कधीतरी एखाद्या कडू फळाचा रस चाखेल का? थोडीशी बुद्धी असेल, तरी तो कदापि असं करणार नाही. मग असा कोण मूर्ख असेल, जो समस्त इच्छा पूर्ण करणारी कामधेनू जवळ असताना, तिला सोडून बकरीचे दूध मागेल!

सूरदास लोकांना समजावत आहेत, की या जगाचा आधार आणि स्वतःचा आश्रय सोडून श्रीकृष्णाला समर्पित व्हा! खऱ्या अर्थाने तोच तुमची काळजी घेईल.

इथे हे समजून घ्यायला हवं की, सूरदास भक्तीच्या नावावर अकर्मण्य व्हायला सांगत नाहीत. कर्म तर करायचीच आहेत, फक्त ती भक्तिभावाने करायची आहेत, इतकंच! कर्माची फळं प्राप्त करण्यासाठी जी धडपड चालते, चिंता, तणाव, सुरक्षा असे विकार उत्पन्न होतात, ते सोडून सर्व काही श्रीकृष्णचरणी सोपवून द्यायचं आहे, तोच आपल्यावर उत्तम प्रकारे लक्ष ठेवेल.

पुढील अध्यायात सूरदासांच्या जीवनाशी संबंधित अन्य काही घटनांचा आनंद आपण घेऊ या.

•••

६

संत सूरदास व ईश्वर यांच्यामधील अनोखी लीला

वादळ आल्यावर ज्याप्रमाणे जमिनीवरचं गवत शांतिपूर्वक समर्पित होतं, वाकतं, लीन होतं, त्याचप्रमाणे आपल्यालाही ईश्वराच्या प्रत्येक लीलेप्रति समर्पित व्हायला हवं, ज्यायोगे लीलेमध्ये ईश्वरीय कृपेचं दर्शन होईल.

ईश्वराचे जितके अवतार किंवा स्वरूप आहेत, महान भक्तांची जितकी चरित्रं आहेत, तितक्या सर्वांमध्ये काही ना काही चमत्कारिक घटना आढळतात. ज्यांच्या मनात ईश्वराप्रति प्रेम, विश्वास आणि अपार श्रद्धा असते, ते या घटना सत्य मानून ऐकतात. अशा कथा भलेही इतरांना ऐकताना अविश्वसनीय वाटतात, परंतु ईश्वरभक्तांमध्ये या कथा प्रेमाचा संचार करतात, भक्तीची तीव्रता वाढवतात.

कल्पना करा... एक नास्तिक आहे, त्याचा धनात, प्रॉपर्टीमध्ये जीव गुंतलेला असतो. त्याच्याजवळ जास्त धन, पैसाअडका असेल तरच त्याला सुरक्षित वाटतं, आता त्याच्याबरोबर काहीही वाईट होणार नाही! आणि झालंच, तर तो धनबळाने स्वतःचं रक्षण करू शकेल, असं त्याला वाटतं. तात्पर्य, धन हे सुरक्षेचं साधन नाही. त्याची चोरीदेखील होऊ शकते. तरीही, त्याच्यामुळे सुरक्षेची भावना उत्पन्न

होते. हीच खरंतर त्याची विशेषता आहे. त्याचप्रमाणे ईश्वर आणि भक्तांच्या चमत्कारिक कथा ऐकणाऱ्यांची भक्ती वाढते, त्याला समर्पणासाठी तयार करतात. या कथेत झाला तसा चमत्कार त्यांच्या आयुष्यातही होऊ शकतो, असा विश्वास देतात. चमत्कारिक पौराणिक कथांची हीच प्रमुख भूमिका असते, की त्या तुमच्यामध्ये प्रेम, विश्वास आणि समर्पण निर्माण करतात.

चला, सूरदासांच्या जीवनातील अशा काही कथा वाचू या, आणि त्यातील गुप्त संकेत समजून भक्तीच्या आनंदसागरात यथेच्छ विहार करू या!

सूरदासांचे विहिरीत पडणे, शोधणे

एकदा सूरदास हरिकीर्तन करत गऊघाटपासून मंदिराकडे जात होते. त्या वेळी ते कीर्तनात इतके मग्न होते, की त्यांना रस्त्याचंही भान राहिलं नाही आणि ते भलतीकडेच जाऊ लागले. निर्जन रस्त्यावरून चालताना ते एका कोरड्या विहिरीत पडले. त्या रस्त्यावर लोकांची रहदारी, वर्दळ अजिबात नव्हती. त्यामुळे त्यांचा आवाज कुणी ऐकला नाही आणि ते चार दिवस त्याच विहिरीत अडकून पडले, चाचपून अंदाज घेत राहिले. विशेष म्हणजे, विहिरीत बसूनही ते भजन गात राहिले. त्यांनी स्वतःला कृष्णाच्या भरवशावर सोडले होते.

पाचव्या दिवशी अचानक श्रीकृष्ण प्रकट झाले आणि त्यांनी सूरदासांना विहिरीतून बाहेर काढलं. इतकंच नव्हे, तर श्रीकृष्ण त्यांना म्हणाले, ''सूरदास, तू माझा प्रिय भक्त आहेस. नेत्रहीन असल्याने तुला या संकटाचा सामना करावा लागला. मला या गोष्टीचं अतोनात दुःख झालं आहे, म्हणून मी आज तुला वरदान देतो, नेत्र प्रदान करतो.'' असं म्हणून श्रीकृष्णाने सूरदासांना दृष्टी प्रदान केली.

सूरदासांनी आपल्या आराध्य गिरिधर गोपालाच्या रूपमाधुर्याचे मनःपूर्वक दर्शन घेतले आणि त्यांना एकटक न्याहाळत राहिले. त्यांनी श्रीकृष्णाच्या रूपावर सुंदर पदं रचून श्रीकृष्णाला ऐकवली. श्रीकृष्ण तिथून जाऊ लागले तेव्हा त्यांना थांबवत सूरदास म्हणाले, ''प्रभू! आपण जात आहात, तर आपल्याबरोबर आपण मला दिलेली दृष्टीही घेऊन जा!''

श्रीकृष्णाने आश्चर्याने विचारलं, ''असं का... दृष्टी परत घेतली, तर तू जग कसे बघशील!''

यावर हात जोडून सूरदास मोठ्या विनम्रतेने म्हणाले, ''प्रभू! माझ्या ज्या नेत्रांनी

७

संत सूरदास आणि तुलसीदासांचे मीलन

सर्वांमध्ये एकच ईश्वर आहे. ईश्वराच्या ज्या रूपात भक्ती आणि श्रद्धा जागृत होते, त्याच रूपाचे नामस्मरण करून, स्वतःला जाणून मुक्ती साध्य करता येते.

सूरदासांचे गुरू वल्लभाचार्यांनी त्यांना खूप छान सेवा सोपवली होती. ब्रजधामातील श्रीनाथजींच्या मंदिरात, सकाळ-संध्याकाळ आरतीच्या वेळी सुंदर भजन रचून प्रभूला ऐकवणे, हे सूरदासांचे काम होते. वल्लभाचार्य म्हणत, 'श्रीनाथजींना नैवेद्याप्रमाणे संगीतही आवडते. छप्पन भोगांची जबाबदारी माझी आणि मधुर रागांची जबाबदारी तुझी!'

श्रीनाथजीचा ज्या दिवशी जसा श्रृंगार केलेला असेल, जशी वस्त्रे नेसवली जात, सूरदास आपल्या पदांमध्ये त्याचं हुबेहूब वर्णन करत. कपडे कुठल्या रंगाचे आहेत, कुठल्या प्रकारे नेसवले गेले आहेत इत्यादी.

सर्व जण सूरदासांची प्रशंसा करत, की नेत्रहीन असूनही ते ईश्वराचं किती यथार्थ वर्णन करतात, किती शक्ती आहे त्यांच्या भक्तीत! हे पाहून मंदिरातील

एका सेवकाला ईर्ष्या वाटू लागली. त्याने विचार केला, 'श्रीनाथजीच्या मूर्तीला आज कोणती वस्त्रे नेसवली जातील' हे नक्कीच सूरदासांना आधीपासूनच कोणीतरी सांगून ठेवत असेल. किंवा मागील काही दिवसांच्या अनुभवांवरून ते अंदाज बांधत असतील, की कुठल्या दिवशी कोणत्या रंगाची वस्त्रं नेसवली जातात. ते अवश्य बुद्धीचा वापर करतात, प्रशंसा मात्र त्यांच्या भक्तीची होते. असं खोटं श्रेय घेऊन भोळ्याभाबड्या भक्तांना वेडं बनवणं चूक आहे.'

सेवकाने वल्लभाचार्यांजवळ सूरदासांची तक्रारही केली. ती ऐकून ते हसले आणि म्हणाले, 'श्रीकृष्णाचे दर्शन होण्यासाठी सूरदासांना डोळ्यांची गरज नाही, ते अंतःचक्षुने श्रीनाथाचे सदैव दर्शन घेत असतात. तुला त्यांच्या भक्तीवर विश्वास नसेल तर त्यांची परीक्षा घे.'

एके दिवशी सेवकाने सूरदासांची परीक्षा घेण्याचं ठरवलं. त्याने त्या दिवशी श्रीनाथांच्या मूर्तीला कुठलंही वस्त्र नेसवलं नाही. फक्त फुलं आणि अलंकारांनी सजवलं. आता तो आतुरतेने वाट पाहू लागला, की आज सूरदास आपल्या पदात श्रीनाथजीचे वर्णन कसे करतील? सूरदास तिथे आले, तेव्हा जोरजोरात हसू लागले आणि म्हणाले, ''अरे, आज प्रभूला अचानक काय झालं, की ते वस्त्र परिधान करणंच विसरून गेले!''

ही गोष्ट आपण एका उदाहरणाने समजून घेऊ या.

एकदा एक माणूस ऑफिसला जाण्यासाठी तयार झाला होता. त्याच्यासमोर छोटासा आरसा होता, त्यात बघून तो आपला टाय नीट करतो, कोट घालतो, पण नेमकं पॅन्ट घालायचं विसरून जातो. सर्व काही ठीकठाक करून, तयार होऊन तो घाईघाईत ऑफिसला जाण्यासाठी निघतो; तेवढ्यात मागून कुणीतरी हाक मारतो, 'अरे, पॅन्ट तर घाल, विसरलास का?' विचार करून पाहा, किती विनोदी दृश्य असेल! यामुळे सभोवतालच्या लोकांना हसू आवरत नाही, कोट-टाय तर घातला, पण पॅन्टच नाही घातली. तसेच सूरदास म्हणत आहेत, 'अरे, प्रभू आज कपडे घालायला विसरलात का? आज फक्त फुलं आणि आभूषणांनीच श्रृंगार केला आहे. जाऊ दे जशी प्रभूची इच्छा, लीलाधराची लीला त्यालाच ठाऊक!'

हे ऐकून त्या सेवकाचे खाडकन डोळे उघडले आणि तो सूरदासांसमोर नतमस्तक झाला.

गुरुकृपेमुळे सूरदास निश्चितच त्या अवस्थेत पोहोचले होते, जिथे भक्त आणि भगवान एक होतात आणि मग लीला रचण्यासाठी परत दोन होतात. जोपर्यंत सूरदास कृष्णामध्ये लीन झाले नव्हते, तोपर्यंत त्यांच्या रचनांमध्ये दुःख आणि दिनतेचे भाव असत कृष्णाच्या अनुभवानंतर मात्र, त्याला जाणल्यानंतर, त्यांच्या भक्तीत आनंदरस समाविष्ट झाला. आता त्यांची भक्ती आनंदाची अभिव्यक्ती बनली होती.

राम मोठा की श्याम?

एक कथा आहे, ज्यात भक्त आणि भगवंत यामधील हास्यविनोदाचं वर्णन आलं आहे.

ही कथा प्रसिद्ध रामभक्त आणि कवी गोस्वामी तुलसीदास यांची आहे. एकदा गोस्वामी तुलसीदास ब्रजभूमीमध्ये आले होते. या यात्रेत त्यांनी आपल्या भक्तीच्या बळावर कृष्णमंदिरात श्रीकृष्णाच्या मूर्तीला धनुष्यबाण धारण करवलं होतं, असं सांगितलं जातं.

त्याच वेळी तुलसीदास आणि सूरदासांची भेट झाली. दोघंही भागवतप्रेमी, उच्चकोटीचे भक्त आणि कवीदेखील होते. त्याच वेळी त्या दोघांमध्ये दाट मैत्री झाली. कवी सूरदासांमुळे प्रभावित होऊन तुलसीदासांनी महान ग्रंथ 'श्रीकृष्ण गीतावली'ची रचना केली होती. तेव्हापासूनच या दोघांमध्ये प्रेम आणि मित्रता वृद्धिंगत झाली, असं म्हटलं जातं.

एकदा दोघांमध्ये आपापल्या आराध्यदेवाविषयी चर्चा सुरू होती.

तुलसीदास सांगत होते, ''रामनामाची महती सर्वांत मोठी आहे. त्यांचं नाव लिहिल्याने जडजड शिळाही समुद्रात तरंगतात. रामनामामुळे एक पतित मनुष्यही भवसागर पार करू शकतो.''

आता सूरदास मागे कशाला राहतील, त्यांनाही प्रभू श्यामची महती वर्णायची होती. ते म्हणाले, ''कृष्णनामाचा महिमा सर्वांत मोठा आहे. एका छोट्याशा तुळशीच्या पानावर कृष्णाचे नाव लिहून रुक्मिणीने समस्त लोकातील संपदेला तोलले होते. कृष्णनामाचे पारडे जड आहे.''

दोघंही अडून बसले. एक म्हणाला, रामनाम मोठे आहे; तर, दुसरा म्हणाला,

कृष्णनाम मोठे आहे. मग आपापसांत सामंजस्य झाले, की पुन्हा एकदा तुला-परीक्षा होईल. तुलसीदासजी हातात रामनाम घेऊन तराजूच्या एका पारड्यात बसतील आणि कृष्णनाम हातात घेऊन सूरदास दुसऱ्या पारड्यात! मग जे पारडे जड होईल, त्याच्या आराध्याच्या नावाची महिमा मोठी समजली जाईल.

दोघांनी लगेच होकार दिला. ही 'तुला-परीक्षा' पाहण्यासाठी गावातील सर्व लोक जमा झाले होते. तुला-परीक्षेत तुलसीदास जिंकले, त्यांचे पारडे सूरदासांच्या पारड्यापेक्षा जड ठरले. तुलसीदासांना अतिशय आनंद झाला, तर सूरदासांचा चेहरा पडला! ते श्रीकृष्णावर रागावले आणि आपल्या झोपडीत जाऊन बसले.

कथेत पुढे सांगितलं जातं, श्रीकृष्ण त्यांना भेटावयास आले. याचा वास्तविक अर्थ आहे, खरंतर त्यांच्या मनात आंतरिक चेतना जागृत झाली होती, त्यांना आंतरिक ज्ञान प्राप्त झालं होतं, ज्याला 'युरेका इफेक्ट' असंही म्हटलं जातं. श्रीकृष्णाने त्याच्या अनन्य भक्ताला असं रुसून बसलेलं पाहिलं, तेव्हा ते त्यांची समजूत काढायला आले, असं सांकेतिक रूपात सांगितलं गेलं आहे. सूरदास म्हणाले, ''प्रभू! मला तुझ्याशी बोलायचंच नाही. तू सर्वांसमोर माझा अपमान केलास. केवळ माझा अपमान झाला असता तरी ठीक होतं. परंतु बाब तुझ्या नामाची होती, कमीतकमी आपल्या नामाचा मान तरी ठेवायचा होतास!'

यावर श्रीकृष्ण हसत म्हणाले, 'सूरदास, तुला तर माहीतच आहे, रामही मीच अन् श्यामही मीच आहे. दोघांमध्ये अंतरच आहे कुठे? दोन्ही नामांचे वजन म्हणजेच महिमा समान आहे. कृष्ण म्हणा की राम म्हणा, एकच गोष्ट आहे.'

हे ऐकून सूरदासांनी विचारलं, ''जर एकच आहे, तर तुलसीदासांचं पारडं कसं झुकलं? ते कसे जिंकले?''

यावर श्रीकृष्ण उत्तरले, ''हे पाहा, श्याम आणि रामनामांचा प्रभाव एकसमान आहे, तुम्हा दोघांची चेतना आणि भक्तीचा स्तरही एकसमान आहे. फरक आहे तो फक्त तुम्हा दोघा भक्तांच्या भौतिक शरीराचा! तुलसीदास भक्ती करत असताना खाणंपिणं सोडत नाहीत. आनंदाने रामाचे गुण गातात आणि मोठ्या आनंदाने खातात. तू स्वतःची तब्येत पाहा, तुला ना खाण्याची चिंता आहे ना झोपण्याची! आपल्या शरीराची जराही काळजी घेत नाहीस. भक्ती करण्याचा हा अर्थ नाही, की आरोग्याकडे दुर्लक्ष करावं. तुला-परीक्षेत तुलसीदासांचे पारडं भारी झालं, कारण

त्यांचं शरीर तुझ्यापेक्षा आरोग्यपूर्ण, स्वस्थ आहे. भक्ताचं शरीर ईश्वराचं मंदिर असतं, आणि त्या मंदिराची काळजी घेणं भक्ताचं कर्तव्य आहे. त्यांनी हे कर्तव्य उत्तम प्रकारे पार पाडलं आहे. तू मात्र मागे राहिलास.''

सूरदासांना श्रीकृष्णाचं बोलणं समजलं. त्या दिवसापासूनच ते स्वतःच्या शरीराला कृष्णमंदिर समजून त्याची योग्य काळजी घेऊ लागले.

भक्ताचं शरीर ईश्वराचं मंदिर!

वरील कथेत दोन गोष्टी किती छान प्रकारे समजावल्या आहेत, पहिली म्हणजे, ईश्वराची वेगवेगळी रूपं, वेगवेगळी नावं असू शकतात; पण वास्तवात ईश्वर एकच आहे. कुठलंही स्वरूप इतरांपेक्षा न लहान आहे न मोठं! प्रत्येक नाव, प्रत्येक रूप एकाच ईश्वरीय ऊर्जेचा संकेत आहे. जर कोणी एकाच ईश्वराला दुसऱ्यापेक्षा मोठा व लहान समजत असेल, तर ते त्याचं अज्ञानच आहे.

दुसरी गोष्ट म्हणजे, भक्तीचा अर्थ हा नव्हे, की शरीराकडे दुर्लक्ष करावे. आपलं शरीर एक माध्यम आहे, ज्याद्वारे आपण जगात वावरतो. निश्चितच शरीरातच गुंतून पडू नये, परंतु त्याच्याकडे दुर्लक्षही करता कामा नये. शरीर आरोग्यपूर्ण असेल, तर ते भक्तीमध्ये सहयोग देईल, सेवाही करेल. ही महत्त्वपूर्ण बाब या कथेत किती चांगल्या प्रकारे समजावली आहे! ती अंगीकारली तर आपलंही आयुष्य अर्थपूर्ण बनेल, हे निश्चित!

•••

८

संत सूरदास आणि बादशाह अकबराचा वार्तालाप

भक्तीमध्ये छोटा-मोठा, हार-जीत नसते. केवळ आणि केवळ भक्ती करणे, हेच महत्त्वपूर्ण आहे.

संत सूरदास, बादशाह अकबराचे समकालीन होते. त्यांच्या आणि अकबराच्या भेटीचे काही किस्से प्रसिद्ध आहेत. त्यामध्ये किती वास्तव, सत्य आहे, त्याचं काही प्रमाण नाही. मात्र एक किस्सा आहे –

एकदा संगीतसम्राट तानसेन, बादशाह अकबरासमोर भक्त सूरदास लिखित एक अत्यंत मधूर आणि भक्तिपूर्ण पद गात होते.

पदाचे बोल ऐकून बादशाह मुग्ध झाला आणि त्यात पूर्णपणे रममाण झाला! त्याने तानसेनला विचारलं, ''इतकं सुंदर पद कोणी लिहिलं?'' तानसेनानं त्याला सूरदासांचं नाव सांगितलं. सूरदास महान कृष्णभक्तही आहेत; शिवाय, ते भजन, भक्तिपदेच लिहितात आणि अतिशय सुंदर गातातही हेदेखील सांगितलं.

गीतसंगीताचा शौकीन अकबराने हे ऐकलं, तेव्हा त्यानं सूरदासांना भेटण्याची इच्छा प्रकट केली. तानसेन बादशाहचे दरबारी होते, त्याचं म्हणणं कसं टाळणार!

त्यामुळे ते बादशाहला घेऊन सूरदासांना भेटण्यासाठी ब्रजभूमीत आले. बादशाह अकबर सूरदासांना अतिशय प्रेमाने आणि आदरपूर्वक भेटले. शिवाय, त्यांच्या मुखातून एक भजन ऐकण्याची इच्छा प्रकट केली. अकबराच्या विनम्रतेने प्रसन्न होऊन सूरदासांनीही एक भजन गायलं. बादशाह अकबर त्यांच्या पदाची रचना आणि भक्तिपूर्ण गायनाने खूप प्रभावित झाला!

अकबराने सूरदासांना विचारलं, ''आपण पाहू शकत नाही, तरीही इतकी सुंदर कृष्णलीला कशी रचता?''

त्यावर सूरदास म्हणाले, ''माझे बाह्य नयन बंद असले म्हणून काय झालं... मनाच्या दृष्टीने तर मी सर्व पाहतो आणि सतत आपल्या कृष्णाच्या मनमोहक छबीचं दर्शन करतो.''

हे ऐकून अकबराने त्यांना विनंती केली, की सूरदासांनी अकबराचं यशगान करणारी एखादी सुंदर पदरचना करावी, त्या बदल्यात सूरदासांना हवं ते इनाम देण्यात येईल. यावर सूरदासांनी आपलं मनोगत एका सुंदर पदात रचून अकबराला ऐकवलं आणि त्यातून त्यांनी ते फक्त कृष्णाच्या यशाचं वर्णन करू शकतात, अन्य कोणाचं नाही, हे सूचित केलं. ते पद असं होतं :

मन मैं रह्यौ नाहिंन ठौर।
नंदनंदन अछत कैंसैं, आनियै उर और।
चलत चितवत दिवस जागत, स्वप्न सोवत राति।
हृदय तैं वह मदन मूरति, छिन न इत उत जाति।
कहत कथा अनेक ऊधौ, लोग लोभ दिखाइ।
कह करौं मन प्रेम पूरन, घट न सिंधु समाइ।
स्याम गात सरोज आनन, ललित मदु मुख हास।
सूर इनकैं दरस कारन, मरत लोचन प्यास।

भावार्थ : माझ्या मनात आता अन्य कुणालाही स्थान नाही. जिथे-जिथे नंदनंदन कान्हा जातो, तिथे-तिथे हे मन त्याच्या मागं धावतं. मी जागा असतो, तोपर्यंत त्याच कृष्णाची मनोहर छबी पाहत असतो; आणि निद्रेत असतो, तेव्हा स्वप्नातही त्याचं दर्शन करतो. माझ्या मनात ती सुंदर मूर्ती अशा प्रकारे वसली आहे, की एक क्षणासाठीही दूर होत नाही, मग मी इतर कोणाचं यशगान कसं

करू? लोकांनी मला कितीतरी कथा ऐकवल्या, खूप लोभ, प्रलोभनं दिली. पण माझ्या मनात कृष्णप्रेमाने असं स्थान मिळवलं आहे, जे घटतच नाही, कधी कमी होतच नाही.

तो कृष्ण, ज्याचा रंग सावळा आहे, कमलनयन आहे, मुखावर सुंदर हास्य आहे, फक्त त्याचे दर्शन करण्यासाठी माझे नेत्र आसुसलेले असतात. मी अन्य कुणाकडे पाहूही शकत नाही.

अशा प्रकारे सूरदासांनी बादशाह अकबराला आपली अस्वीकृती दाखवून दिली, की ते कान्हाव्यतिरिक्त इतर कुणाचीही पदरचना करत नाहीत. बादशाह अकबराला त्यांच्या भावना समजल्या. त्यांनी सूरदासांना उपहार दिला व दरबारी येण्याचं आमंत्रण देऊन ते परतले.

भक्तीची ठेव फक्त भगवान आहे

एक कवी आणि एका भक्त यात हाच मोठा फरक असतो. एक कवी धन, मान, पद, प्रतिष्ठा किंवा आत्मसुखासाठी लिहितो; तर एक भक्तकवी फक्त आपल्या ईश्वरासाठी लिहितो. त्याला ईश्वरभक्तीतच परमसुख प्राप्त होतं. त्याला इतर कुठलंही सांसारिक सुख आकृष्ट करू शकत नाही. अशा भक्ताचं लेखन केवळ त्यालाच नव्हे, तर त्या रचना ऐकणाऱ्यांनाही ईश्वराच्या समीप घेऊन जातात. त्याच्या रचनांमध्ये आणि वाणीमध्ये इतकी ताकद असते, जी दुसऱ्यामध्ये विनासायास भक्ती अंकुरित करते!

असं म्हणतात, श्रीकृष्ण मुरली वाजवत असे, तेव्हा ऐकणारा प्रत्येक जण कृष्णप्रेमात आणि भक्तीत लीन होऊन जात असे. सूरदासांसारखे भक्त, कवी वास्तवात श्रीकृष्णाची मुरलीच आहेत, त्याद्वारे श्रीकृष्णभक्तीची तान छेडून लोकांमध्ये भक्ती जागृत करतात.

सूरदास अकबराच्या निमंत्रणावरून त्याच्या दरबारात गेले नाहीत. परंतु अकबराच्या मनात सूरदास आणि त्यांच्यासारख्या भक्तांसाठी खूप आदर होता. सूरदासांचे गुरुबंधू भक्तकवी कुंभनदास, जे वल्लभाचार्यांचे शिष्य होते आणि अष्टछाप कवींमध्ये एक होते, तेही सूरदासाप्रमाणे धन, प्रतिष्ठा यांपासून दूर राहणारे आणि अतिशय संतोषी, समाधानी स्वभावाचे होते. बादशाह अकबराने सूरदासांबरोबर त्यांनाही आपली राजधानी फतेह सीकरीला बोलावलं होतं. तेव्हा

सूरदास तर गेले नाहीत, कुंभनदास मात्र इच्छा नसतानाही अकबराच्या दरबारी गेले. परंतु तिथे गेल्यावर पाहतात तो काय...! त्यांना फक्त मोहमायाच दृष्टीस पडली. म्हणून त्यांचं मन तिथे अजिबात रमलं नाही.

तेथून परतल्यानंतर त्यांना सूरदास आणि अन्य गुरुबंधूंनी विचारलं, ''बादशाहाच्या दरबाराचा प्रवास कसा झाला?''

तेव्हा त्यांनी अतिशय दुःखी मनाने उत्तर दिलं –

संतन को कहा सीकरी सों काम?
आवत जात पनहियाँ टूटी,
बिसरि गयो हरि नाम॥
जिनको मुख देखे दुख उपजत,
तिनको करिबे परी सलाम॥
कुंभनदास लाल गिरिधर बिनु और सबै बेकाम॥

भावार्थ : ''आपल्यासारख्या भक्त, संतांना सीकरी म्हणजे अकबराच्या राजधानीशी काय घेणंदेणं? खरंतर तिथे जाणं निष्फळच ठरलं. तिथे येताना-जाताना माझ्या चपला तर तुटल्याच; शिवाय, दरबाराच्या गडबडीत ईश्वराचं नावही घेणं विसरलो.

''तिथे जाऊन मी मोठ्या दुविधेत अडकलो. मायेत अडकलेल्या त्या लोभी सांसारिक लोकांना पाहून दुःख उपजतं, तिथे मला अशा लोकांनाच सलाम करावा लागला. आपल्यासारख्या भक्तांसाठी तर भगवंताच्या भक्तिविना सर्वकाही बेकार आहे, म्हणून आपण अशा जागी जायलाच नको.''

हे ऐकून सूरदास हसून म्हणाले, ''म्हणूनच तर मी कुठेही जात नाही. इथे बसल्या-बसल्या कृष्णनामाचा निधी मिळत असेल, तर उगाचच इतरत्र का भटकायचं?''

या घटनेवरूनच स्पष्ट होतं, की सूरदास आणि त्यांचे साथी गुरुबंधू सांसारिक मोहमायेपासून किती अलिप्त होते!

•••

९

संत सूरदासांच्या देहाचा अंत

ज्या लोकांच्या हृदयात भक्ती असते, ते निर्भयपणे आणि आपले सारे भय ईश्वरावर सोपवून संतुष्ट राहतात.

सूरदासांनी आपलं संपूर्ण जीवन कृष्णभक्ती करत ब्रजभूमी क्षेत्रात व्यतीत केलं. त्यांनी कृष्णाला समर्पित अशी लाखो पदं, भजनांची रचना केली. 'सुरसागर', सूरदासांची प्रसिद्ध रचना आहे, ज्यात मूलतः सव्वालाख पदं संग्रहित होती. परंतु आता त्यातील सात-आठ हजार पदंच उपलब्ध आहेत. याव्यतिरिक्त त्यांनी 'सुरसारावली', 'साहित्यलहरी', 'नलदमयंती' आदी ग्रंथांची रचना केली. दीर्घायुष्य व्यतीत केल्यानंतरच त्यांच्या देहाची संध्याकाळ झाली.

वास्तविक, आपल्या अंतिम समयाची चाहूल त्यांना आधीच लागली होती. म्हणून ते जास्तीत जास्त वेळ आपल्या झोपडीत राहून भक्ती, ध्यान करत असत. त्यांच्या अंतिम समयी वल्लभाचार्यांचे सुपुत्र व स्वामी विठ्ठलनाथजींनी आपले सर्व गुरुबंधू आणि शिष्य यांना आधीच संदेश पाठवला – 'पुष्टिमार्गाचे जहाज आता रवाना होऊ इच्छिते, ज्यांना अंतिम दर्शन करावयाचे असेल त्यांनी यावे.' हा समाचार मिळाल्यावर आसपासच्या सर्व कृष्णभक्तांची गर्दी सूरदासांच्या कुटीपाशी जमा झाली. सर्व जण त्यांचे दर्शन करू इच्छित होते. सूरदासांनी ब्रजभूमीवर

राहणाऱ्या लोकांच्या मनात आपल्या लेखन-गायनाने अमिट ठसा उमटवला होता. सारे भक्त त्यांच्या गमनाच्या कल्पनेनेच अतिशय भावुक झाले, रडू लागले.

याच काळात सूरदासांच्या एका गुरुबंधूने त्यांना विचारलं, ''भाई सूरदास, तुम्ही आयुष्यभर कृष्णभक्ती आणि कृष्णलीलेची पदं रचली, 'कृष्ण-कृष्ण' म्हणत तुम्ही कृष्णरूप झाला. परंतु कधीही आपल्या सर्वांचे गुरुदेव वल्लभाचार्यांच्या महिमेचं वर्णन करणारे एकही पद का रचले नाही? तुम्हांला आपले गुरू महिमापूर्ण नाही वाटले का?''

हे ऐकून सूरदास गोड हसून म्हणाले, ''भाई, मी कायम एकाचंच महिमागायन केलंय. इथे दुसरे आहेत कोण? गुरुदेव वल्लभाचार्य कृष्णापेक्षा वेगळे आहेतच कुठे...! मी तर वल्लभाचार्यांमध्ये कायम कृष्णाचंच दर्शन केलं. किंबहुना स्वयं कृष्णच मला कृष्णभेट घडवण्यासाठी वल्लभ बनून आले आहेत. त्यांच्यासाठी मी वेगळं पद रचलं असतं, तर 'गुरुवर आणि कृष्णामध्ये मी फरक केला' असा अर्थ झाला नसता का!''

सूरदासांनी अंतिम श्वास घेतला आणि जीवनातील अंतिम पद गुणगुणलं –

भरोसो द्रढ इन चरनन केरौ,
श्री वल्लभ नखचन्द्र छटा बिनु-सब जग मांझ अन्धेरो।
साधन और नहीं या कलि मे जासो होत निबेरौ।
सूर कहा कहै द्विविध आंधरौ बिना मोल के चेरौ॥

भावार्थ : मला केवळ एकच आशा, एकच दृढ विश्वास आहे, आणि तो म्हणजे या गुरुचरणांचा! मला श्रीवल्लभ भेटले नसते, तर सूरदास सूर झालेच नसते (अनुभवाने उजळले नसते). त्यांच्या श्रीचरणांच्या चांदण्याविना माझं अवघं जग, घोर अंधारातच राहिलं असतं. माझ्या जीवनातील अंतर्बाह्य अंधकार माझे गुरू वल्लभाचार्यांनीच दूर केले आहेत. त्यांच्याच स्पर्शाने मला दिव्यदृष्टी मिळाली. अन्यथा माझं अस्तित्वच काय होतं? मी तर त्यांचा बिनमोलाचा दास आहे.

सूरदासांच्या या पदावरून ते एक आत्मानुभवी संत होते, असं दिसून येतं. म्हणूनच, त्यांच्या दृष्टीने ईश्वर आणि गुरूंमध्ये काहीच फरक नव्हता. खरोखरच प्रत्येक जिवामध्ये एकाच चैतन्याचा अनुभव करणे, हीच एका आत्मसाक्षात्कारी

भक्ताची ओळख असते.

ज्ञानाअभावी बहुतेक भक्त गुरूला शरीरच समजतात. ते विचार करतात, 'ईश्वर आणि गुरू वेगवेगळे आहेत.' त्यांची श्रद्धा फक्त स्वतःच्या गुरूंप्रति असते, इतरांच्या गुरूंप्रति नाही. पण श्रद्धा कुठेही असो; जे ज्ञान मिळत आहे, त्याचा स्त्रोत वास्तवात ईश्वरच आहे. गुरू आणि ईश्वर वेगवेगळे नाहीत, ना ईश्वराची रूपं वेगवेगळी आहेत, हे समजून घ्यायला हवं.

सर्वांचा स्त्रोत एकच आहे. मात्र, ज्या शरीरांची पूर्ण तयारी असते, तिथे ईश्वर स्वतःच मार्गदर्शन करतो. ज्या शरीरांना गुरूंकडून ज्ञानग्रहण करण्याची शक्यता जास्त असते, त्यांच्यासाठी ईश्वर गुरूची व्यवस्था करतो.

शिष्याचा स्वभाव जाणून, त्याच्या क्षमतेनुसार ज्ञान देणे, त्याच्यातील ईश्वराला, परमगुरूला जागृत करणे, हे गुरूचं खरं कर्तव्य असतं. वल्लभाचार्यांनी सूरदासांच्या बाबतीत नेमकं हेच केलं. त्यांनी सूरदासांचे ज्ञानचक्षू उघडले, ज्याद्वारे ते प्रत्येक क्षणी कृष्णाचं दर्शन करत होते. अशा प्रकारे ईश्वरमहिमा गात सूरदासांनी या जगातील आपला प्रवास संपवला आणि आपले भौतिक शरीर त्यागून कृष्णलोकी गेले.

सूरदासांचा पूर्ण जीवनकाल पाहिला तर त्यांचा जन्म पंधराव्या शतकाअखेरीस झाला आणि सोळाव्या शतकाच्या अखेरीस त्यांच्या देहाचा अंत झाला. अखेरच्या दिवसांत ते मंदिरातून निघून गोवर्धन पर्वताजवळ रसौली नामक स्थानी गेले, असंही सांगितलं जातं. लोकांनी मंदिरात पाहिलं तर त्यांना मूर्ती उदास दिसली, जणू ती म्हणत होती, 'आता नवीन पद कोण गाईल?' सर्व लोक संत सूरदासांबद्दल एकमेकांना विचारत होते. विचारपूस करताना त्यांना समजलं, की सूरदास रसौलीमध्ये आहेत. मग सर्व जण त्यांना शोधत तिथे पोहोचले आणि त्यानंतरच सूरदासांची देहान्त यात्रा पूर्ण झाली.

अनेक प्रमाणांच्या आधारावर सूरदासांचा जन्म आणि मृत्यू काळ वेगवेगळा सांगितला जातो. सूरदासांच्या देहाची आयु किती होती, हे महत्त्वाचं नाही, त्यांनी जीवन कसं व्यतीत केलं, जगाला काय दिलं, हे महत्त्वपूर्ण आहे. त्यांनी जगाला कृष्णभक्तीचं दान दिलं, कृष्णभक्तीच्या रचना दिल्या, ज्या आजही कृष्णभक्त आनंदाने गातात. भक्ती आणि साहित्याच्या आकाशावर सूरदास आजही सूर्याप्रमाणे चमकत आहेत आणि कायम राहतील!

•••

खंड - २

सूरदासांचा जीवनसंदेश

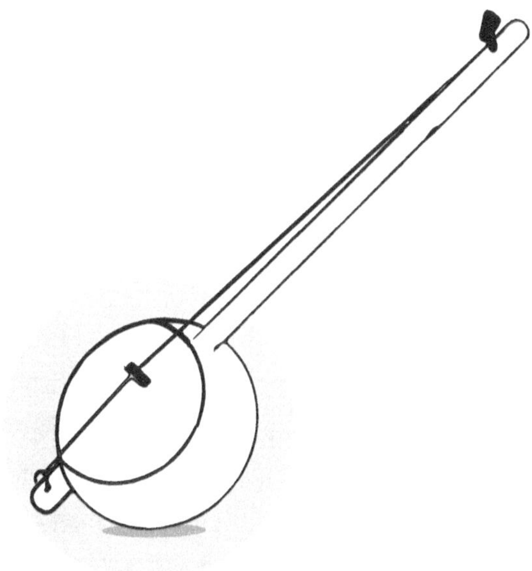

भक्ताची भक्ती त्याची ताकद, त्याचं साहस, त्याचं धाडस, त्याचं प्रेम आणि त्याची संतुष्टी आहे.

१०

अंधदीपक संत सूरदास

जीवनात जेव्हा भक्तीची भूमिका आणि भक्तीचं सूत्र समजतं, तेव्हा मानव स्वतःला मायेपासून सुरक्षित ठेवू शकतो

खूप वर्षांपूर्वी, एका राज्यात एक जौहरी राहत होता. त्याला हिऱ्यांची खरी पारख होती. दुर्लभातील दुर्लभ हिरे पाहून, स्पर्श करून तो पारखत असे आणि त्यांची योग्य किंमत सांगत असे. त्यामुळेच, हिऱ्याच्या गुणवत्तेबद्दल कुणालाही शंका असेल, तेव्हा ते या जौहरीकडून सल्ला घेत असत आणि जौहरीही आनंदाने सांगत असे. जणू हा त्यांचा छंदच होता, आवड होती. तो अगदी कमी वयाचा असल्यापासून हे काम करत असे. त्यामुळे तो त्यात पारंगत झाला होता. त्या राज्याचा राजपरिवार त्याला दाखवल्याशिवाय कुठलाही हिरा खरेदी करत नसे.

जसजसं त्याचं वय वाढत गेलं, तसतसं त्याला डोळ्यांचा विकार जडला. हळूहळू त्याची दृष्टी कमी होत गेली, मंद होत गेली आणि एक दिवस तो पूर्णपणे अंध झाला.

राजाला ही सूचना मिळाली, तेव्हा तो खूप दुःखी झाला आणि सांत्वनेसाठी जौहरीच्या घरी आला. परंतु जौहरीच्या चेहऱ्यावर कुठलीही निराशा नव्हती. तो

म्हणाला, ''महाराज! मी अंध झाल्याचे मला जराही वाईट वाटत नाही, कारण माझं जे प्रिय काम आहे, ते मी अजूनही करू शकतो. दगडांमधून हिरे वेगळे करू शकतो.''

प्रथम राजाचा त्याच्या बोलण्यावर विश्वासच बसला नाही. त्याने त्या जौहरीसमोर काही दगड आणि वेगवेगळ्या प्रतींचे हिरे पसरून त्यातील सर्वांत उच्च प्रतीचा हिरा वेगळा करण्यास सांगितलं. जौहरीने समोर ठेवलेल्या सर्व दगडांना हाताळून पाहिलं आणि त्यातून एक हिरा वेगळा केला. तो सर्वांत दुर्लभ, अद्वितीय, अप्रतिम असा हिरा होता!

राजाचा स्वतःच्या डोळ्यांवर विश्वास बसेना! त्याने आश्चर्याने विचारलं, ''तुम्ही दृष्टी नसताना हे कसं करू शकलात?'' यावर जौहरी उत्तरला, ''चाचपून, अंदाज बांधून! यासाठी डोळे असण्याची गरज नाही. महाराज! जी गोष्ट आपण उत्तम प्रकारे जाणतो, तिला न पाहताही शोधू शकतो, लाखोंच्या गर्दीत असेल तरी ओळखून वेगळी करू शकतो.''

असली-नकली हिरे

ईश्वराने रचलेल्या या मायावी जगात, जसे सर्वत्र नकली हिरे आहेत, तसेच अस्सल हिरेही आहेत. मनोरंजन, सुखसुविधा, पद, प्रतिष्ठा हे सारे नकली हिरे आहेत. अशा साऱ्या गोष्टी तुम्हांला गुंतवून ठेवतात, सत्यापासून दूर घेऊन जातात. त्या तुमचा गैरसमज करून देतात, की खरे सुख त्या मिळवण्यातच आहे, भक्ती वा सत्यात नाही.

मात्र, नकली हिऱ्यांमध्ये अस्सल हिरेही उपलब्ध आहेत, ते म्हणजे सद्गुण आणि सत्संग. त्याचप्रमाणे या सर्व अस्सल हिऱ्यांमध्येच दडलेला असतो सर्वांत अनमोल, हिरा तो म्हणजे भक्तीचा! या मायेच्या जाळ्यातून तुम्ही या हिऱ्याला बाहेर काढलं, अनुभवलं, तर तुम्हांला सर्वांत मोठा खजिना सापडतो... आणि तो आहे ईश्वरप्राप्ती!

भक्तीचा हिरा आपल्या डोळ्यांना दिसत नाही. डोळ्यांनी पाहिलं, तर नकली हिऱ्यांची चमक जास्त आकर्षित करते. अशामध्ये तुम्हांला अस्सल हिरा आणि त्यांच्यामध्ये लपलेला भक्तीचा दुर्लभ हिरा शोधून काढायचा आहे. डोळ्यांना जे

दिसतं, त्यात अडकून न पडता बाह्य अनुभवांव्यतिरिक्त आंतरिक दृष्टी विकसित करायची आहे, तीच तुम्हांला पारख करायला मदत करते.

खरंतर पारख करणे म्हणजे मूर्खतापूर्ण काम किंवा नाइलाज नव्हे! पारख करण्यासाठी प्रगल्भ बुद्धी हवी असते, कौशल्य हवं असतं, अंतर्दृष्टी जागृत असायला हवी. बाह्य डोळे धोका देऊ शकतात आणि धोका खाऊ शकतात. मात्र, मनुष्याची अंतर्दृष्टी जागृत असेल, तर सत्य गवसणारच... आणि हे निर्विवाद सत्य आहे!

समजा, विहिरीत एखादी उंची, महाग वस्तू पडली, तर माणूस तळापर्यंत जाऊन शोधतो. जिथे डोळे पाहू शकत नाही, तिथे हातांनी चाचपून पाहतो. मग माती, दगड यांबरोबरच इतर वस्तूचांही अनुभव हाताला मिळतो. त्या वस्तूची ओळख जितकी जास्त, तितका पूर्वानुभव जास्त... चाचपून अंदाज बांधणं तितकंच सहज होतं. अशा चाचपडण्याचा, पारख करण्याचा, शोधण्याचा अर्थ हाच आहे, की इंद्रियांवर पूर्ण विश्वास न करता त्याव्यतिरिक्त जो अनुभव आहे तो जाणणे होय.

तसं पाहिलं तर चाचपणे, पारख करणे या अतिशय महत्त्वपूर्ण क्रिया आहेत. आपल्याला पडताळणी करून, शोध घेऊनच हे शिकायचं आहे, आयुष्य कसं जगायचं हे शिकायचं आहे. मात्र, इंद्रियाबाहेरचा अनुभव घेऊनच हे शिकता येईल.

सुरुवातीला चुका होतील... अस्सल हिरे नकली आणि नकली हिरे अस्सल वाटतील. परंतु अनुभव वाढत जातील, तशी पारखही वाढत जाईल.

मल्टिविटामिन आहे, कृपा!

मानव जसजसा आध्यात्मिक मार्गावर पुढे जातो, तसतसं त्याला जीवनात सकारात्मक परिवर्तन झालेलं दिसेल. त्याच्यातील नकारात्मकता दूर होईल, तेव्हा तो चांगल्या गोष्टीसाठी, चांगल्या गुणांसाठी चुंबक बनेल! मग त्याचे मन आणि शरीराचे विकार दूर होऊ लागतील; बिघडलेली कामं पूर्ण होऊ लागतील; नाती सुधारू लागतील; मन प्रसन्न, शांत राहू लागेल. जीवनाला सुखी, सफल, आनंदित बनवण्यासाठी, जी-जी पोषकतत्त्वं गरजेची असतात, ती सारी भक्तीतून मिळू लागतात. इथे शरीराच्या पोषकतत्त्वांची चर्चा करत नसून जीवनासाठी पोषकतत्त्वांची चर्चा होत आहे, जी प्रेम, शांती, आनंद, सफलता आणि सद्‌गुण

आहेत.

मग जसजशी ही पोषकतत्त्वं मिळू लागतात, मानवाला कृपेचा अनुभव येऊ लागतो. त्याला वाटतं, 'हे मिळालं, कृपा झाली; ते मिळालं, कृपा झाली.' कृपेचा पूर्ण अनुभव होतो, तेव्हा लक्षात येतं, 'कृपा ही स्वतःमध्येच पोषकतत्त्व आहे, मल्टिविटॅमिन आहे? परंतु ही गोष्ट फक्त भक्तच समजू शकतो. कारण भक्त केवळ कृपाग्रहण करतो. त्याचं लक्ष केवळ कृपेवर एकाग्र असतं, कृपेमुळे होणाऱ्या लाभांवर नाही! खऱ्या भक्तांना सांसारिक लाभ झाला नाही, तरीही कृपेमध्ये त्याला कमतरता वाटत नाही. परंतु एका संसारी माणसाचं थोडंसं नुकसान झालं, तरी त्याला आता ईश्वराची आपल्यावर कृपादृष्टी नाही, असं वाटतं.

खरा भक्त बनण्यासाठीच आपल्याला इमानदारीने पारख करायची आहे. कुठलंही लेबल लावल्याशिवाय, कुठल्याही अनुमानाशिवाय सत्य स्वरूपाला पारखून घ्यायचं आहे. आपण अंतर्दृष्टीने पारख करून भक्त बनतो, तेव्हा ती अंधभक्ती नसते, तर ती खरी भक्ती असते, प्रेमाभक्ती असते. तेव्हाच तुम्ही 'ब्लाइंड टॉर्च' बनता!

ब्लाइंड टॉर्च भक्त सूरदास

मायेकडे बघण्याची दृष्टी बंद होते, तेव्हा अनुभवाची दृष्टी उघडते. वास्तविक, ती सूरदास अवस्था असते. खरंतर सूरदास ब्लाइंड टॉर्च होते. अंधही म्हटलं आणि टॉर्चही म्हटलं हे तर कबीरदासांच्या उलटबाँसीप्रमाणे कथन झालं. जसं कबीरदासांनी म्हटलं होतं, 'बरसे कंबल, भीगे पानी।'

या उलटबाँसीचा अर्थ आहे – जेव्हा भक्तीरूपी घोंगडं वा पांघरुणाची वृष्टी होते. अर्थात, मानवामध्ये भक्तीच्या संस्काराचा उदय होतो, तेव्हा मानव पाण्यात भिजतो. अर्थात, भक्तीच्या आनंदात भिजतो, आकंठ बुडतो. खरा आनंद भक्तीतच आहे. जगातील सुखं तर नश्वर आहेत, क्षणभंगुर आहेत. याचप्रमाणे ब्लाइंड टॉर्च, भक्तीची उलटबाँसी आहे. अशी टॉर्च जगाला पाहू शकत नाही. परंतु त्यामधून असा प्रकाश येतो, ज्याद्वारे टॉर्च स्वतःला पाहू लागतो. त्याचा प्रकाश स्वतःच्या आतील प्रकाश पाहू शकतो. इतकंच नव्हे, तर दुसऱ्यांनाही योग्य मार्ग दाखवतो. सूरदास असेच एक ब्लाइंड टॉर्च होते. त्यांचं बघणं डोळ्यांवर अवलंबून

नव्हतं; तर त्यांची भक्ती म्हणजे इंद्रियापलीकडील अनुभव होता.

भक्तीमुळे सूरदासांच्या नावाला इतकी महिमा प्राप्त झाली, की कुणा नेत्रहीन व्यक्तीला सन्मानाने, आदराने बोलवायचं असेल, तर त्याला 'सूरदास' असं संबोधलं जातं. सूरदास असे पारखी होते, जे अंधारात अनुभवाच्या बळावर हिरा शोधून काढत, पारख करत आणि कृपा प्राप्त करत.

संत सूरदासांच्या कंठातून जी पदं उपजली, ती गाऊन ते स्वतः तर प्रकाशित झालेच; शिवाय, ती पदं ऐकून लोकांच्याही मनात भक्ती जागृत झाली. त्याच ब्लाइंड टॉर्चने स्वतःच्या प्रकाशात इतरांनाही प्रकाशित केलं!

•••

११

संत सूरदास नेत्रहीन नव्हते?

मनुष्याचं मन संतुलित भक्तीत लीन असतं, तेव्हा सारे कष्ट ईश्वराचा प्रसाद बनतात; दुःखं, तपस्या आणि सुखं कृपा बनतात.

एक माणूस बाहेरगावी गेला होता. रात्र झाल्याने तो एका धर्मशाळेत उतरला. त्याने विचार केला, रात्रभर इथे थांबून सकाळी लवकर निघू. धर्मशाळेत एक खोली रिकामी तर होती, पण तेथे वीज नव्हती. मॅनेजर म्हणाला, ''हे पाहा, खोली तर आहे, परंतु आज वीज नाहीये. तुम्हांला काही अडचण नसेल तर तुम्ही या खोलीत खुशाल राहू शकता.''

त्या माणसालाही वाटलं, 'चला, फक्त झोपायचं तर आहे. मग त्यात काय एवढं! तसंही सकाळी लवकर निघून जायचं आहे... कमीतकमी राहायला जागा तर मिळाली.' असा विचार करून तो झोपायला खोलीत गेला. त्याने चाचपून पाहिलं, अंथरूण कुठे आहे बरं... आणि गाढ झोपून गेला.

दुसऱ्या दिवशी उठला. आपलं सामान घेतलं आणि जाण्यासाठी दरवाजा उघडला. दरवाजा परत बंद करणारच होता, तेवढ्यात वीज आली. त्याने खोलीत पाहिलं... आणि भीतीने त्याचा थरकाप उडाला! खोलीत चारही भिंतींवर अनेक

पाली होत्या. त्याला पालींची खूप भीती वाटत असे. रात्री वीज आली असती, तर भीतीमुळे कदाचित त्याचं हृदयच बंद पडलं असतं. वीज नव्हती, त्यामुळे तो शांतपणे झोपला. वीज असती तर काय झालं असतं... किंवा जाग आली तेव्हा वीज असती तर किती वाईट परिस्थिती ओढवली असती! वास्तवात, वीज नसणे, हे त्याच्यासाठी वरदान ठरलं होतं.

तात्पर्य, आपल्या आयुष्यात ज्या उणिवा आहेत किंवा भासतात, त्या वास्तवात वरदान असू शकतात. मनातील विचार बदलले की बाहेरचे जग बदलते. आपण आपल्या उणिवांना वरदान बनवू शकतो का? यावर मनन करणे किती गरजेचं आहे हे समजेल.

जसं, संत सूरदासांनी त्यांच्या नेत्रहीनतेला वरदान बनवलं. त्यांच्या आयुष्यात घडलेल्या एका प्रसंगात, अंधत्वामुळे ते एका कोरड्या विहिरीत पडले आणि तीन-चार दिवसांपर्यंत तिथेच राहिले. तेथे ते स्वतःला अंतर्बाह्य निरखत राहिले, त्याचं जे फळ त्यांना मिळालं, ते म्हणजे श्रीकृष्णाचं दर्शन! याचाच अर्थ, त्यांनी स्वतःच्या नेत्रहीनतेला वरदान बनवलं. श्रीकृष्णाच्या दर्शनाने ते इतके आनंदित झाले, इतके भारावून गेले, की त्यापुढे त्यांना अन्य कुठल्याही गोष्टीची आवश्यकताच उरली नाही. त्या प्रसंगी श्रीकृष्णाने त्यांना दृष्टीचे वरदान दिले. परंतु सूरदासांनी नकार दिला. कारण नेत्रहीन असल्याने त्यांनी सर्वोत्तम अवस्था प्राप्त केली होती. नेत्र असते तर ते विहिरीत पडलेच नसते, ना कृष्ण त्यांच्या मदतीला धावून आला असता! त्या दिवशी त्यांना नेत्रांची उणीव वरदानच भासली आणि दृष्टीऐवजी त्यांनी हे वरदान निवडलं.

जीवनात काही उणीव जाणवत असेल, तर विचार करा... त्या उणिवेमुळे अन्य काय मिळालं आहे...? ती उणीव कुठल्या गोष्टीसाठी निमित्त बनली... अथवा कुठल्या गोष्टीसाठी निमित्त बनवली जाऊ शकते?

समजा, एका माणसाला निद्रानाशाचा आजार जडतो. काही दिवसाने तो बेचैन होतो. त्यानंतर त्याने पत्राचाराद्वारे पुढील शिक्षण सुरू केलं. आता, त्याला झोप येत नसे, तेव्हा तो अभ्यास करत असे. अशा प्रकारे त्याने स्वतःची शैक्षणिक पात्रता वाढवून पदोन्नती मिळवली.

लोकांच्या आयुष्यात संघर्षाची स्थिती उत्पन्न होते, तेव्हा ते घाबरून जातात. कधी नशिबाला, तर कधी स्वतःला दोष देतात. परंतु त्याच संघर्षामुळे, उणिवांमुळे

त्यांच्यात असे काही गुण विकसित होतात, जे त्यांना प्रगतिपथाकडे घेऊन जातात. जसं, ज्या गावात स्विमिंग पूल नसतो, तिथली मुलं पोहायला लवकर शिकतात.

एका चित्रकाराला चित्र काढायला अतिशय आवडायचं. परंतु एका दुर्घटनेत त्याच्या हातांना दुखापत झाली. त्याने हार न मानता आपल्या पायाने पेन्सिल, ब्रश पकडणं सुरू केलं. हळूहळू सरावाने तो पायाने ब्रश, पेन्सिल पकडून चित्रं काढू लागला. त्यात तो इतका निष्णात झाला, की त्याचं नाव विश्वकीर्तिमानात नोंदवलं गेलं!

एखादी गोष्ट नसते म्हणजे उणीव आणि एखादी गोष्ट जास्त असली तर ते चांगलं; हे फक्त आपल्या मानण्यावर अवलंबून आहे. निसर्गाने ज्याला जे दिलंय, त्याच्यासाठी तेच उपयुक्त असतं, असे मानण्यातच समंजसपणा आहे. त्याला त्याच साधनांच्या व संसाधनांच्या आधारे पृथ्वीवरील जीवन जगायचं आहे; आपल्या गुणांना विकसित करायचं आहे. आपल्या हातात जे आहे, त्याआधारे आपण सर्वोत्तम काय करू शकतो, हे आपल्यालाच शोधून काढायचं आहे. मग ती उणीवदेखील आपल्याला वरदान वाटेल!

•••

१२

संत सूरदासांकडून शिका, मानसिक दर्शन प्रॅक्टिस

आपल्या चुका जाणून, जो जगण्यातली शुद्धता, निर्मलता वाढवतो, त्याचंच जीवन सफल, यशस्वी होतं. 'मी कोण आहे' हे प्रखरतेने जाणून घेऊन जो आत्मबोध जागृत करता, खऱ्या अर्थाने तेच महासफल जीवन आहे.

सूरदासांनी कृष्णावर प्रेमाभक्ती केली. प्रेमाभक्ती अशी भक्ती आहे, ज्यात मानसिक दर्शनाद्वारे भक्तीला कायम जागृत ठेवलं गेलं. मानसिक दर्शनासाठी ब्लाइंड टॉर्चची अवस्था साहाय्यक ठरते. म्हणजे असं दर्शन, जिथे डोळ्यांचं काही कामच राहत नाही, जिथे आंतरिक दृष्टीद्वारे दर्शन मिळतं. मात्र, मानसिक दर्शनासाठी प्रेमावस्था हवी. ज्याच्यावर आपण प्रेम करतो, त्याचंच दर्शन हृदयाने प्रत्येक क्षणी करावं. प्रेमाशिवाय मानसिक दर्शन, मानसिक भक्ती शक्यच नाही!

प्रेमा हा शब्द डीकोड केला, तर आपल्याला मिळतं – प्रे + मा – प्रॅक्टिस ऑफ मानसिक अवेअरनेस. वास्तवाच्या जाणिवेबरोबर मानसिक दर्शनाची प्रॅक्टिस! हीच खरी प्रेमाभक्ती आहे. मानसिक दर्शन म्हणजे, जिथे आपल्या कल्पनाशक्तीचा

उपयोग, मनाला ईश्वरचरण, ईश्वरदर्शन यामध्ये समर्पित करण्यासाठी आणि ईश्वरीय चेतनेत नित्य वास करण्यासाठी केला जातो. संत सूरदास नावाच्या ब्लाइंड टॉर्चने अशीच प्रेमाभक्ती केली.

जाणिवेत राहून कशा प्रकारे शोध घेऊ शकतो, कशा प्रकारे मानसिक दर्शन करू शकतो, यासाठी एक छोटासा प्रयोग करून बघा. सकाळी जाग आल्यावर लगेच डोळे उघडू नका. थोड्या वेळासाठी ब्लाइंड टॉर्च बना. म्हणजेच, स्वतःची पडताळणी करून निरीक्षण करा, 'मी कोण आहे?' हा प्रश्न विचारा. स्वतःच्या मनात डोकावून स्वतःचा शोध घ्या. सकाळी जाग आल्यावर काही क्षण डोळे बंद ठेवून आपण विचार करतो, तेव्हा सर्वांत आधी लक्ष कुठे जातं? ज्या वस्तूचा विचार करतो, सारं लक्ष तिथेच असतं. त्याशिवाय मनात दुसरा कुठलाही विचार येत नाही. मग ती गोष्ट कुणी माणूस असेल, एखादी वस्तू, एखादी घटना, वा अन्य काहीही असू शकेल.

उदाहरणार्थ, एखाद्या खाण्यापिण्याच्या शौकीन माणसाच्या मनात विचार येईल, की 'आज जेवणात काय असेल...! नाश्त्यासाठी काय स्पेशल असेल...!' रजोगुणी माणूस विचार करेल, 'आज दिवसभर कुठली कामं करायची आहेत...!' आणि एका भक्ताच्या मनात पहिला विचार ईश्वराचाच असेल. तो मनातल्या मनात देवाला नमस्कार करून धन्यवाद देईल.

त्याचप्रमाणे हेही पाहा, की डोळे उघडताच प्रथम तुम्ही काय शोधाल? चश्मा, मोबाईल, अलार्म क्लॉक, फोन, औषध... डोळे उघडल्यावर हे सगळं होणारच आहे. म्हणून जाग आल्यावर लगेच डोळे उघडू नका. आधी थोड्या वेळासाठी ब्लाइंड टॉर्च बना.

आपण अर्धजागृत अवस्थेत शोधाल तर मन कसंही, कुठेही धावेल. परंतु आता हेच कार्य आपल्याला पूर्ण जागृतावस्थेत करायचं आहे, मनाला दिशा देऊन शोधायचं आहे. त्यासाठी आधीच निर्णय घ्या, आधीच ठरवा, की सकाळी उठल्यावर सर्वप्रथम तुम्ही कशाचा शोध घेणार आहात? अंतर्मनात शोधणार की बाहेर? ते शोधून तिथेच लक्ष केंद्रित करायचं आहे. त्याच विषयात लक्ष केंद्रित हवं, ज्या विषयातच राहायचं आहे. आपल्याला भक्तीत राहायचं असेल, तर अंतर्मनात भक्तीच शोधायला हवी.

आंतरिक जाणीव शक्य तितकी वाढवायला हवी. आपण डोळे उघडतो, तेव्हा तर मायेचं दर्शन घडतच असतं. आपल्या इच्छेविरुद्ध आपल्याला बरंच काही बघावं लागतं. लोक स्वत:विषयीच बोलतात, आणि आपल्यालाही ते नाइलाजास्तव ऐकावं लागतं. यासाठी आपल्या मनात स्पष्टता हवी, 'मी काय पाहू इच्छितो आणि केव्हा सूरदास बनू शकतो? म्हणजे केव्हा बाह्यदृष्टी बंद करून अंतर्दृष्टीद्वारे सत्याचं दर्शन करू शकतो?'

सूरदासांची प्रेमाभक्ती अशी होती, की त्यांचं लक्ष कृष्णचरणांव्यतिरिक्त कुठेही जात नसे. ते म्हणत, 'माझं मन जहाजावरील पक्ष्यासारखं आहे, जो थोडंसं उडतो आणि जहाजावरच परतून येतो. त्यांची भक्ती इतकी दृढ होती, की ते बादशाह अकबरालाही निर्भयपणे सांगू शकले, 'मी अन्य कुणासाठीही भजन गाऊ शकत नाही, अन्य कुणाच्या प्रशंसेचे गीतही गुणगुणू शकत नाही. कुणाची स्तुती करू शकत नाही. कारण माझी बुद्धी फक्त श्रीकृष्णाच्या चरणावर समर्पित आहे. ती पुनःपुन्हा तिथेच घुटमळते.'

आपलं मनही सूरदासजींप्रमाणेच एकाग्र व समजूतदार व्हायला हवं. आपलं मन आणि शरीर उगाचंच दिवसभर कसं इकडेतिकडे फिरत राहतं याचं दक्षतेने, सावध चित्ताने निरीक्षण करायला हवं... शिवाय, असं रोजच होत असतं. जीवन अशाच तऱ्हेने व्यतीत होतं. परंतु सूरदासांसारखं चरित्र वाचण्यात येतं, तेव्हा आपल्यामध्ये शक्ती निर्माण होते. आपल्याला वाटतं, जर ते करू शकले तर आपण का नाही? मलाही नक्कीच जमेल.

संतचरित्रातील एखादी गोष्ट आपल्याला प्रभावित करते, प्रेरणा मिळते. अशा वेळी मनात विचार येतो, उरलेलं जीवन याच श्रेष्ठ अनुभूतीच्या साथीने, भक्ती करत का व्यतीत करू नये? त्यात स्वतःला हरवून आपण काय गमावणार आहोत? आणि नाही केली तर काय साधणार आहोत? काय मिळवण्याची इच्छा अद्याप शिल्लक आहे? आणि समजा, ते नाही मिळालं तर जीवन व्यर्थ ठरेल का? मायेत अडकून जे मिळवण्याची इच्छा आहे, ते मिळालं तरी आपल्याला संतुष्टी मिळेल का? यावर मनन करणं फार आवश्यक आहे.

आपल्या जीवनाकडे जाणीवपूर्वक पाहून, आत्मविश्लेषण करून, स्वतःला प्रश्न विचारणे हेच शोध घेणं आहे. आपल्याला पारख करूनच निर्णय घ्यायचा

आहे. ब्लाइंड टॉर्च बनायचं आहे. त्यायोगे आपलं मन जिथे जाईल, जाणीवपूर्वक जाईल आणि कर्म करून परत ईश्वरचरणी रममाण होईल.

कलाकाराप्रमाणे भूमिकेत प्रवेश करा!

तुम्ही कधी ना कधी नाटक वा सिनेमा पाहिलाच असेल. एक कलाकार अतिशय सुंदर पद्धतीने आपल्या भूमिकेत प्रवेश करतो. तो त्या भूमिकेला अशा प्रकारे आत्मसात करून साकार करतो, की दर्शकांसमोर कलाकार नव्हे, तर ती भूमिकाच जिवंत होते. हीच कलाकारासाठी सफलतेची कसोटी आहे. वास्तविक, आपणही कलाकारच आहोत. जीवनात वेगवेगळ्या भूमिका वठवताना इतक्या तल्लीनतेने, इतक्या परफेक्शनने वठवतो, की वास्तवात 'आपण कोण आहोत?' हेच विसरून जातो.

आता आपल्याला भूमिकेकडून वास्तवात जायचं आहे. आपलं सत्यस्वरूप कधीही विसरायचं नाही. अन्यथा, नाटक संपलं तरी आपली भूमिका काही संपणार नाही, असं होईल. यासाठी अधूनमधून, वारंवार आपल्या अंतर्मनात जाऊन शोध घ्यायचा आहे, स्वतःला विचारायचं आहे, 'मी कोण आहे? कुठली भूमिका करत आहे? त्या भूमिकेचे जे गुणदोष आहेत, कर्तव्यं आहेत, हे सारं म्हणजे मी नव्हे. मी फक्त ही भूमिका करत आहे, याची स्वतःला वारंवार आठवण द्यायची आहे. अशा प्रकारे स्वतःला भूमिकेतून विलग करून, जाणीवपूर्वक जीवन जगून, ब्लाइंड टॉर्च बनायचं आहे, भक्ती करायची आहे. आपल्या अंतर्यामी असलेल्या परम सत्यावर लक्ष केंद्रित करायचं आहे, सजगता बाळगायची आहे.'

सूरदासांनी दृष्टी नसूनही प्रेमाभक्ती केली, खरी भक्ती केली. आपल्याला तर दृष्टी आहे, मग तरीही अंधभक्ती करत जगायचं का? नाही. प्रत्येक गोष्ट योग्य प्रकारे निरखून, पारखून पाहायची आहे आणि समजून ग्रहण करायची आहे. आपला स्वभाव, रीतीरिवाज, धारणा, पूर्वग्रह काय आहेत, कुणाबरोबर मनात कर्मबंधनाने बांधले गेले आहोत? असं काय आहे, ज्यात मन सदैव गुंतलेलं असतं, हे सगळं समजून घेऊन प्रेमाभक्तीने आणि क्षमासाधनेच्या मदतीने मनातील गुंता दूर करायचा आहे. जसजसा आतील कचरा साफ होईल, शुद्धता वाढेल, तसतसा ब्लाइंड टॉर्च प्रकाशित होईल, दिवसेंदिवस सत्याचा प्रकाश वाढत जाईल.

भूमिकेच्या तीन निवडी M.B.A.

M : (मौजूद) उपस्थित राहण्याची निवड

B : भक्त बनण्याची निवड

A : अहंकाराला मारणारा योद्धा

आपण एखादी भूमिका जगत असतो, तेव्हा आपल्याला काही निवड करावी लागते. त्या वेळी इतकं दक्ष राहायला हवं, की आपण योग्य निवड करू शकाल. निवडायचं आहे एमबीए मधूनच, जे पुढीलप्रमाणे आहेत :

M : उपस्थित राहण्याची निवड

तुम्ही उपस्थित राहण्याची निवड करत असाल, तर ती भूमिका निभावताना, आयुष्य जगताना आपली वेळोवेळी पडताळणी करायला हवी, 'यावेळी मी उपस्थित आहे का, की अजूनही भूमिकेतच अडकून पडलोय? आपण वास्तवात जे आहोत तेच, तसेच राहून आपली भूमिका निभावणे, साकारणे ही योग्य निवड आहे. असं केलं तर जीवनातील भूमिकांमुळे निर्माण झालेले विकार, धारणा हे आपल्यावर प्रभाव टाकणार नाहीत. आपण मुक्त, निर्लिप्त अवस्थेत राहू यात कुठली शंकाच नाही!'

खरंतर ज्ञानी लोक हाच मार्ग स्वीकारतात, जो गीतेत श्रीकृष्णाने अर्जुनाला सांख्ययोग नावाने शिकवला होता. त्यालाच अद्वैत अवस्था असंही म्हटलं जातं. त्यानुसार आपण तेच परमचैतन्य आहोत, त्याचाच विस्तार, त्याचेच स्वरूप आहोत, अशा जागृतावस्थेत सजगतेनं जीवन जगणं ही पहिली निवड आहे.

B : भक्त बनून राहण्याची निवड

ही निवड खरंतर ब्लाइंड; परंतु प्रकाश देणारा टॉर्च बनण्याची निवड आहे. यामध्ये मायेच्या वातावरणात राहूनही आपलं मन पूर्णपणे ईश्वराप्रति समर्पित राहतं. मग तो अनुभव घेण्यासाठी आपण ज्ञानेंद्रियांवर अवलंबून राहत नाही. त्याला बुद्धीनेही समजू शकत नाही, केवळ आंतरिक अनुभवाने समीप जाऊ शकतो. त्यानंतर आपण आपल्या आराध्य स्वरूपाप्रति पूर्णपणे समर्पित होतो, त्याची भक्ती करण्यातच आनंद मानतो. त्याच्या व्यतिरिक्त अन्य कशाचीही प्राप्ती आपल्याला व्यर्थ वाटते. त्याच्या आधारामुळेच आपण सर्व संकटांमधून हसतहसत पार पडतो. आपल्या

साऱ्या भावना, विचार, वाणी आणि क्रिया फक्त त्याच्याकडेच घेऊन जातात. खरोखरच हा भक्तिमार्ग फारच सहज, सरळ आणि आनंददायी आहे.

A : अहंकाराला मारणारा योद्धा

आपली भूमिका पार पाडत असताना वेगवेगळ्या परिस्थितींशी सामना करावा लागतो, तेव्हा वेळोवेळी आपला अहंकार जागृत होतो. जरा कुणी काही बोललं, तर ताबडतोब मन त्याला धडा शिकवायला जातं, त्याच्यावर दोषारोप करतं. नेमकी हीच ती वेळ असते, जेव्हा आपल्यातील अहंकार ओळखून त्याच्यावर काम करायची... कारण हा अहंकारच आपल्या मार्गातील सर्वांत मोठी बाधा बनतो, हाच आपलं मूळ स्वरूप विसरायला भाग पाडतो. मग आपणही त्या भूमिकेत पूर्णपणे अडकतो. याच अहंकाराला ठेचण्यासाठी, विलीन करण्यासाठी योद्धा बनायला सांगितलं जातं.

आपण जागृत असतो, तेव्हा आपल्याला अहंकाराचं दर्शन होतं. अहंकार पुष्टी आणि मल्टिविटामिनची मागणी करतो; पण तरी आपण ते पुरवत नाही. अहंकाराने फणा उगारला तरी आपण तोच प्रतिसाद देतो, जो एका भक्ताने द्यायला हवा. अशा प्रकारे अहंकारावर उग्र प्रहार होतो. पुष्टीच्या अभावामुळे हळूहळू तो दुबळा होत जाऊन एक दिवस पूर्णपणे नष्ट होतो. असं होताच, स्वार्थ, मोह, द्वेष यांसारखे विकारही दूर होतात. मग आपल्या मनात शुद्ध चैतन्य प्रकाशित होतं. सत्यमार्गामधून अहंकाराचा अडसर दूर होताच कलाकार परत कधीही जुन्या भूमिकेत अडकून पडत नाही.

जाणिवेत आणि मुक्तीच्या अवस्थेत राहण्याचे हे तीन मार्ग उपलब्ध आहेत. ब्लाइंड टॉर्च हा जागृती मिळवण्याचा मार्ग आहे. आपला स्वभाव आणि आवडीनुसार आपण यातील कुठल्याही मार्गाची निवड करू शकतो, हे पाहायला हवं. कारण लक्ष्य मुक्तीचं आहे!

•••

१३

संतुष्ट सूरदास कसे बनाल?

आपल्याला जे मिळालं आहे, ते ईश्वराला समर्पित केलं, तर जीवन खूप सहज, सोपं होऊ शकतं; आणि जे गमावलेलं नाही, त्याला ईश्वरेच्छा मानलं, तर आयुष्य, अधिक शक्तिशाली बनू शकतं.

तन्मय नावाचा एक मुलगा होता. त्याला एकदा मोठ्या हॉटेलमध्ये पार्टीचं आमंत्रण मिळालं. ही पार्टी तपोवन नावाच्या गार्डनमध्ये, हॉटेलच्या सातव्या मजल्यावर होती. आमंत्रण पाहून तन्मयला खूप आनंद झाला. उत्साहाच्या भरात त्याने हॉटेलचं नाव तर वाचलं, पण घाईगडबडीत नेमकं मजल्याचा क्रमांक वाचायला तो विसरला.

आमंत्रण पत्रिकेत लिहिलं होतं, 'तपोवन गार्डन, सातवा मजला.' पण जेव्हा तन्मय लिफ्टमध्ये शिरला, तेव्हा 'मधुबन गार्डन' वाचून बाहेर पडला, ते चौथ्या मजल्यावर होतं. तिथेही एक पार्टी सुरू होती. तन्मयच्या वेंधळेपणामुळे त्याला वाटलं, जणू याच पार्टीचं आमंत्रण त्याला मिळालं आहे. तिथे खाण्याचे एकाहून एक स्वादिष्ट पदार्थ उपलब्ध होते. त्याला कडकडून भूकही लागली होती, त्यामुळे तो अगदी पोटभर जेवला.

त्यानंतर त्याचं लक्ष आमंत्रण पत्रिकेवर गेलं, तो ज्या कार्यक्रमासाठी आला होता ते हे ठिकाण नव्हतंच! तो कार्यक्रम तर सातव्या मजल्यावर सुरू आहे, असं त्याच्या लक्षात आलं. तो लगेच सातव्या मजल्यावर गेला. ती पार्टी फारच छान रंगली होती. तिथे खाण्याचे पदार्थ इतक्या सुंदर पद्धतीने सजवले होते, जे तन्मयला अतिशय आवडत होते. परंतु दुर्दैवाने आता तो खाऊ शकत नव्हता, कारण त्याच्या पोटात थोडीदेखील जागा शिल्लक नव्हती. त्याला स्वतःचाच खूप राग आला. तो विचार करू लागला, 'जर मी पत्ता व्यवस्थित वाचला असता, तर माझ्याकडून ही चूक झालीच नसती... इतकं जास्त खाल्लंच नसतं....'

तपोवन गार्डनमध्ये गेल्यावर त्याला समजलं, की त्या पार्टीत तर त्याचे अत्यंत आवडते जगप्रसिद्ध गायक उपस्थित होते. त्यांचं गाणं ऐकतच लोक आपले आवडते पदार्थ खात होते. हे ऐकून तर तन्मयला आणखी पश्चात्ताप झाला. एक तर आपल्या आवडत्या गायकाचा कार्यक्रमही तो ऐकू शकला नाही. दुसरं म्हणजे, मनपसंत जेवणालाही तो मुकला.

बिचाऱ्याचं केवढं मोठं नुकसान झालं! केवळ हे एकच कारण, की त्याने नीट लक्ष न दिल्याने तो चुकीच्या पत्त्यावर पोहोचला!

तो सर्वोत्तम पदार्थ कोणता होता हे आपल्याला माहीत आहे का... जो तन्मय खाऊ शकला नाही? तो होता, तपोहा. खरंतर तन्मयला तपोहा खाण्याची संधी मिळाली होती, जी त्याने वेंधळेपणाने गमावली!

आता समजून घेऊ, या उदाहरणात तन्मय कोण आहे आणि तपोहा म्हणजे काय आहे?

तन्मय (तन मी) अशा लोकांचं प्रतीक आहे, जे फक्त शरीरालाच 'मी' समजतात. जे स्वतःला फक्त शरीर समजून जगतात, ते छोट्या-छोट्या गोष्टीत, शारीरिक सुखात गुंतून राहतात; जागृत राहत नाहीत, बेहोशीत जगतात; थोडंसंही काही चांगलं दिसताच, उत्तेजित होऊन इतर सर्व विसरतात. त्यांच्यामध्ये संयम खूप कमी असतो. ते शरीराला खूश ठेवणं हाच जीवनाचा उद्देश मानतात. ते स्वादाच्या मोहात अडकून, गरजेपेक्षा जास्त खातात, तसंच मनोरंजनामध्ये अधिक रममाण होतात. असे लोक सदैव हाच विचार करत राहतात, की या शरीराला जास्तीत जास्त सुखसुविधा कशा देता येतील, करमणूक कशी करता येईल?

तपोवन गार्डनमध्ये चाललेली पार्टी प्रतीक आहे, उच्च चेतनेच्या लोकांच्या

संघाची! येथे सर्वांची चेतना उच्चस्तरीय असते. ते आपल्या आवडत्या गायकाच्या संगीतात रममाण होऊन आनंदित राहतात. मात्र, जे ईश्वरीय संगीत आहे, भक्ती-तपरूपी संगीत आहे, ते आपल्या स्रोताशी जोडलं गेल्यानंतरच ऐकू येतं. जेव्हा आपली स्वतःच्या स्रोताशी फाईन ट्युनिंग होते, तेव्हा जगातील सर्वोत्तम संगीत ऐकता येतं. त्यालाच अनहत नाद म्हटलं गेलंय, हाच अजपाजप आहे.

तपोहा, तपानंतर मिळणारं फळ आहे. जरा विचार करा... तपानंतर जे फळ मिळेल, त्याचा स्वाद कसा असेल, कोणतं अमृततत्त्व असेल त्यात! जेव्हा एखाद्या सत्संगात, भक्त भक्तिभावाने भावविभोर होऊन भजन ऐकतात, त्यात रमतात, तेव्हा त्यांना जो आनंद मिळतो, कृपेचा अनुभव येतो, तेच जगातील सर्वश्रेष्ठ फळ आहे, तेच तपोहा आहे!

तपोहा खायला मिळावं असं वाटत असेल, तर आधी 'न खा'ची प्रॅक्टिस करावी लागेल. यासाठी सभोवताली जे चांगलं दिसतं, ज्याचा सुगंध तुम्हांला आकृष्ट करतो, ते सर्व भरभरून खायचं नाही. पारखी बनून योग्य तेच आणि प्रमाणातच खायचं आहे. गरज असेल, तेवढंच खायचं आहे. अतिरिक्त खाण्यापासून आणि जे पदार्थ खाण्यायोग्य नाहीत, ते खाण्यापासून स्वतःला थांबवण्यासाठी 'न खा' ध्यान करायचं आहे.

इथे आपण फक्त भोजनच नव्हे, तर प्रत्येक अशा गोष्टीवर विचार करतोय, ज्यांचा आपण आपल्या इंद्रियांद्वारे खूप उपभोग घेतो. आज जगात लोक डोळे, कान, जीभ, शरीर या सर्वांद्वारेच गरजेपेक्षा कितीतरी जास्त खात आहेत, म्हणजेच आवश्यकतेपेक्षा जास्त विषयोपभोग करत आहेत. म्हणूनच कुठल्याही इंद्रियाद्वारे उपभोग घेत असताना आपल्याला अतिशय जागरूक राहायला हवं. खाण्यापेक्षा जास्त लक्ष 'न खा'वर ठेवलं पाहिजे.

अर्थात, आपण योग्य वेळेवर अतिरिक्त आणि अनावश्यक उपभोगांपासून स्वतःला दूर ठेवलं, तर निश्चितच चेतनेच्या सातव्या स्तरावर जाल... दिव्य संगीताबरोबर स्वतःला ट्यून करून तपोहा म्हणजेच तपाचं फळ चाखू शकाल... त्याचा आनंद घेऊ शकाल!

जगाच्या व्यवहारापासून स्वतःला वाचवा!

आजच्या काळात 'न खा'चा सराव करणं सर्वांत जास्त गरजेचं आहे. कारण सोशल मीडियाद्वारे माया आपल्याला सर्वांत जास्त आकृष्ट करत आहे. तिथे प्रत्येक वेळी आकर्षक पॅकिंगमध्ये, आकर्षक जाहिरातींद्वारे खाण्याचे इतके पदार्थ ठेवलेले असतात, की तुम्ही इच्छा असूनही स्वतःला रोखू शकत नाही. सतत फोन हातात असतो आणि मोबाईलद्वारे ही मायावी दुनिया आपल्याला आकर्षित करत असते.

आजकाल लोक, अगदी लहान मुलेसुद्धा अपवाद नाहीत, रील्स बनवत राहतात. कुठलेही गुण, कला अथवा विशेषता नसताना प्रसिद्धी आणि पैसा मिळवण्याचा शॉर्टकट लोकांना मिळालेला आहे; मग त्यासाठी भले त्यांना स्वतःचा स्तर उतरवावा लागला तरीही! कमी कपडे घालून, विचित्र हावभाव करून, स्तरहीन विनोद, वाटेल तसं नाचून लोकांना भरपूर 'लाईक्स' मिळतात. म्हणून त्यांना वाटतं, की आपल्याला प्रसिद्धीच मिळत आहे. लाईक मिळाल्याने जणू त्यांना प्रशंसाच मिळत आहे, मग त्यांचा अहंकार आणखी वाढतच जातो.

असं सर्व होताना दिसेल, तेव्हा 'न खा'चे ध्यान करा. इतर कुणाला सांगत बसू नका, स्वतःलाच सांगा, 'मी संतुष्टी सूरदास आहे. मला हे सर्व करण्याची गरज नाही.' त्या वेळी जागृती येईल आणि तुम्ही सजग व्हाल, क्षुल्लक गोष्टींपासून दूर जाल; जेणेकरून तुम्हांला तुमचं लक्ष्य आठवेल.

•••

१४

संत सूरदासांच्या तपाचे फळ

'मला माहीत आहे' असं कधी म्हणू नका, तर 'खरोखरंच मला ठाऊक आहे का?' हा योग्य प्रश्न स्वतःला विचारा.

आज मायेजवळ अशी कितीतरी खेळणी आहेत, ज्यांद्वारे ती आपल्याला गुंतवून ठेवते. तंत्रज्ञानामुळे आपण अनेक लोकांशी जोडले जातो. त्यामुळे आपण सतत इतरांबरोबर स्वतःची तुलना करतो. इतर जण काय खात आहेत, कुठे फिरत आहेत, किती छान आयुष्य जगत आहेत, हे सर्व गुगलवर क्लिक केल्याने समजते. इतरांसारखं बनण्याच्या नादात आपण मायेमध्ये अधिकाधिक गुंतत जातो. लोक अनावश्यक गोष्टींमधून लक्ष काढून घ्यायला शिकतच नाहीत. ते मायेत अडकतच जातात. जगातल्या मायारूपी समुद्रात जगतरूपी आजी ओढतच राहते. येथे जगाला यासाठी आजी म्हटलं आहे, कारण आपण देशाला आई म्हणतो!

अशा प्रकारे माया आणि जगाचा खेळ आपल्याला पाहायचा आहे; मात्र, पूर्ण जागरूकतेसह, अगदी सूरदासांप्रमाणे पारख करूनच!जग अनुभवल्याशिवायच भक्ती केली, तर कधी ना कधी आपण मोहात अडकणारच! म्हणून जग अनुभवणं गरजेचं आहे. असं आहे हे जग... त्यात असं-असं होतं. हे जग अगदी आजीसमान आहे, कधीही आपल्याला मायारूपी समुद्रात खेचून नेऊ शकतं. आपण सावध नसाल, तर त्यात बुडून जातो, बेहोश राहतो. म्हणूनच 'न खा'चा सराव गरजेचा

आहे. आणि त्याचबरोबर आवश्यक आहे, WH ध्यान!

समजा, मायेच्या अंधाऱ्या विहिरीत तुम्ही हाताने चाचपून पाहत आहात. तुमच्या हातांच्या पाच बोटावर लिहिलंय WH आणि तळव्यावर लिहिलंय HOW! ही गोष्ट आधी समजून घेऊ, 'WH काय आहे? WHAT, WHY, WHERE, WHO, WHEN... हे सर्व शब्द W ने सुरू होतात. पडताळणी करताना तुम्ही सहा प्रश्न विचाराल. हे काय आहे? यातून मला काय मिळणार आहे? याच्याशी माझी तुलना केल्याने काय होणार आहे? माझ्या मनात कोणकोणते विकार उत्पन्न होत आहेत? यात वेळ व्यर्थ घालवून मला काय मिळणार आहे? काय गमवावं लागेल? माझ्यासाठी कुठला मार्ग जास्त प्रशस्त आहे... कुणाचं अनुसरण केल्याने मला आनंद मिळतो? कुणाचं अनुसरण केल्याने आयुष्यात तणाव येतो? मुक्ती कशी मिळेल? या प्रश्नांद्वारे तुम्ही मायेच्या विहिरीत राहूनच तिची पडताळणी करता. तळव्यावर लिहिलेलं HOW तर, मायेतच राहून मायेपासून कसं वाचायचं यासाठी आपल्याला हा जागरूक बनवेल.

सूरदास विहिरीत पडले, तेव्हा त्यांनी सर्वप्रथम काय केलं असेल बरं...! तुम्ही कोरड्या विहिरीत अडकलेले असल्याने, कुठेही जाऊ शकत नाही, काही पाहू शकत नाही. तुमच्या हाकेला कुणी उत्तरही देत नाही, तुम्हांला कुणी मदत करत नाही. विहिरीतून बाहेर पडण्याचा मार्ग कुठे आहे, हे समजत नाही आणि जग छोटं आणि गोल आहे. मग त्यांनी HOWच्या जागरूकतेने हे जाणलं असेल, या परिस्थितीतून कशी सुटका करून घेता येईल!

आपल्या आसपास काय आहे, याची पडताळणी करून सूरदास भक्तीत तल्लीन होऊन ध्यानावस्थेत बसले. स्वतःला पूर्णपणे ईश्वराच्या भरवशावर सोडून, त्यांनी याच अभावाला वरदान बनवलं. कारण त्यांनी विचार केला, अन्य काही होऊ शकत नसलं तरी मी भक्ती तर नक्कीच करू शकतो. भक्ती आणि ध्यान केल्याने उपाय सापडतात, आपल्यासमोर योग्य मार्ग खुले होतात, जे मायारूपी अंधकाराच्या खोल विहिरीतून बाहेर काढतात.

या जगात जागरूकतेनं, सजगतेनं स्वतःला सांभाळून, संतुष्टी सूरदास होऊन भक्ती करायची आहे... योग्य उपस्थिती राखायची आहे... तपोहाचा (तपाच्या फळाचा) आनंद घ्यायचा आहे!

•••

१६

संत सूरदासांची जन्मपूर्व कथा

जगात चाललेल्या अंध स्पर्धेत, धावपळीच्या युगात केवळ पळत राहू नका, अन्य काही नसेल तरी निदान ईश्वरस्मरण तरी सुरू ठेवा. जितकं मनापासून, भक्तिपूर्वक ईश्वराला हाक माराल, तितकं त्याला प्राप्त करण्याची शक्यता वृद्धिंगत होईल.

भक्त सूरदास केवळ सामान्य भक्त नव्हते, तर ते कृष्णचेतनेत लीन, स्वानुभवी भक्त होते. त्याच अनुभवाने त्यांनी वात्सल्यरसाने ओतप्रोत कृष्णबाललीला लिहिल्या. ते किती गहनतेनं कृष्णप्रेमात तल्लीन झाले होते हे त्यांच्या रचना वाचूनच अंदाज लावला जातो. त्यामुळेच त्यांना भक्ती आणि साहित्याच्या शीर्षस्थानी बसवलं गेलं.

त्यांच्याबद्दल साहित्यक्षेत्रात बोललं जातं,

सूर सूर तुलसी शशि, उडगन केशवदास,
अब के कवी खद्योत सम, जहं-तहं करत प्रकाश

अर्थात, साहित्याच्या आकाशात सूरदास सूर्याप्रमाणे चमकतात, तर तुलसीदास चंद्रमाप्रमाणे प्रकाशमान आहेत. त्यांचा प्रकाश संपूर्ण जगात, प्रत्येक पिढीवर पडतोय. सध्याचे इतर कवी तर काजव्याप्रमाणे आहेत,

जे फक्त आसपासची जागाच प्रकाशित करतात, त्यांचा विस्तार त्याहून अधिक नाहीच! मात्र, दोन भक्तकवी सर्वत्र प्रकाशमान आहेत!

जेव्हा एखादी व्यक्ती खूप उंचीवर पोहोचते, तेव्हा त्याच्या जीवनाबद्दल अनेक दंतकथा जोडल्या जातात. जन्म-जीवन-मृत्यूव्यतिरिक्त पूर्वजन्मासंबंधी काही कथा बनवल्या जातात. या कथा वास्तवात घडल्या आहेत की नाही, हे महत्त्वाचं नाही; तर कथेमध्ये लपलेला काही ना काही आध्यात्मिक संकेत महत्त्वपूर्ण आहे, तो जाणून घेतल्याने ज्ञान आणि भक्तीत वाढ होते. अशीच एक कथा संत सूरदासांच्या पूर्वजन्माशी संबंधित आहे.

श्रीकृष्णाचे अनेक बालमित्र होते, हे आपल्याला माहीतच आहे, मधुमंगल, श्रीदामा, सुदामा, उद्धव, सुबल, भद्र इत्यादी. लहानपणी हे सर्व जण गोकुळात घराघरांमधून लोणी चोरायचे आणि दंगामस्ती करायचे. त्यांच्या टोळीत काही बालसख्याही होत्या. त्यात राधा प्रमुख होती. इतर ज्या सख्या होत्या, त्या म्हणजे चंद्रावली, श्यामा, ललिता, विशाखा, भद्रा इत्यादी. या सर्वांत ललिता नावाची गोपी प्रमुख होती. राधेनंतर तिचंच स्थान महत्त्वाचं होतं, असं म्हणतात! ललितेचंही श्रीकृष्णावर राधेप्रमाणेच निःस्वार्थ आणि दिव्य प्रेम होतं. ती त्याची मनापासून भक्ती करत असे. जणू मीरेच्या रूपात जन्म घेऊन ललितेनेच श्रीकृष्णभक्तीचा प्रचार-प्रसार केला, अशी धारणा आहे. ललिता सखीभावाने श्रीकृष्णभक्तीत बुडालेली गोपी होती, तर श्रीकृष्णाचा परममित्र उद्धव परमज्ञानी होता. तो ईश्वरीय तत्त्वं ज्ञानमार्गाने शोधत होता. त्याच्यात भक्तिभावाचा अभाव होता.

सूरदासांच्या पूर्वजन्माची कथा, उद्धव आणि ललिता यांच्याशी संबंधित आहेत. म्हणून त्यांचा संक्षिप्त परिचय पुढे दिला आहे. एक कथा अशी सांगितली जाते :

एकदा निकुंजधामात श्रीकृष्ण महत्त्वाच्या चर्चेत व्यग्र होते. तेथील प्रमुख दरवाजावर ललिता पहारा देत होती, कारण कुणी आत जाऊन श्रीकृष्णाच्या कामात व्यवधान उत्पन्न करू नये! श्रीकृष्णाला भेटण्यासाठी ललितेची आज्ञा घेणं आवश्यक होतं. एकदा उद्धवाला काही कामानिमित्त श्रीकृष्णाला भेटायचं होतं, म्हणून तो तडक श्रीकृष्णाच्या भवनाकडे निघाला. उद्धव श्रीकृष्णावर आपला पूर्ण हक्क समजत होता, त्यामुळे कुणाचीही अनुमती घेणं त्याला गरजेचं वाटलं नाही.

परंतु ललितेने त्याला दरवाजातच अडवून सांगितलं, ''श्रीकृष्णाच्या अनुमतीशिवाय तू आत जाऊ शकत नाहीस. कारण आता प्रभू एकांत इच्छितात.''

हे ऐकून ज्ञानी उद्धवाचा अहंकार दुखावला गेला. श्रीकृष्णाची भेट घेण्यापासून त्याला कुणी कसं अडवू शकतं...! त्याने रागाने लगेच ललितेला शाप दिला, ''तुला माहीत नाही का... श्रीकृष्ण माझे आराध्य आहे. भक्ताचा ईश्वरावर पूर्ण अधिकार असतो. एक भक्त आणि भगवान यांच्यात बाधा बनण्याचं काम कुणा दुराचारी आणि म्लेंछाचं असतं. जा, तू एखाद्या म्लेंच्छाच्या घरी जाऊन राहा!''

हे ऐकून ललितेलाही क्रोध आला. ती म्हणाली, 'तू स्वतःला मोठा ज्ञानी म्हणवतोस, परंतु तुझ्यात इतकीही विवेकबुद्धी नाही, की शाप देण्याआधी तू किमान विचारलं तरी असतंस, मी तुला बाहेरच का थांबवलं? श्रीकृष्ण आत्ता आवश्यक चर्चेत मग्न आहेत, म्हणून तुला थांबवणं हे माझं कर्तव्य होतं. मी माझा सेवाधर्म निभावला. तू स्वतःला मोठा ज्ञानी म्हणवतोस, परंतु तुझ्या बुद्धीवर पडदा पडलेला आहे, तेव्हा जा... तूही कुठेतरी अंध बनून जन्म घेशील!''

तेवढ्यात, दोघांचं बोलणं ऐकून श्रीकृष्ण बाहेर आले आणि म्हणाले, ''तुम्ही दोघंही मला प्रिय आहात, माझे खरे भक्त आहात, त्यामुळे तुमचं बोलणं असत्य ठरणार नाही. परंतु त्यातही तुमचं काही ना काही भलंच होईल! शापाच्या प्रभावाने तुम्ही दोघं जिथेही जन्म घ्याल, तिथे माझ्या नावाचा प्रचार-प्रसारच कराल. त्यामुळे तुमचा तो जन्मही सार्थक होईल!''

उद्धवाजवळ ज्ञान होतं, परंतु भक्ती नव्हती, असं म्हणतात. त्या अभावाला पूर्ण करण्यासाठी त्याला सूरदासांच्या रूपात जन्म मिळाला. संस्कारवश त्यांच्या मनात पहिल्यापासूनच श्रीकृष्णाबद्दल प्रेम होतं, मात्र ललितेने दिलेल्या शापामुळे ते जन्मांध बनले. मग जे डोळे उघडले गेले, ते ज्ञानाने नव्हे तर भक्तीने! कृष्णभक्तीने सूरदासांना अशी दिव्यदृष्टी प्राप्त झाली, की त्यांना भौतिक डोळ्यांची गरजच भासली नाही! नेत्रहीन असूनही त्यांनी श्रीकृष्णाच्या बाललीलांचं अनुपम दर्शन घेतलं, जे कुणी दृष्टी असणाराही घेऊ शकत नव्हता!

अशा प्रकारे सूरदास श्रीकृष्णाचा मित्र आणि भक्त उद्धवाचा अवतार मानले जातात. पुढील अध्यायात आपण या कथेत दडलेले गहिरे आध्यात्मिक संकेत समजून घेऊ या.

•••

१७

उद्धवाचा सत्वगुणी अहंकार

बुद्धीचे खेळ अहंकार वाढवतात आणि भक्ती अहंकाराच्या बलिदानाची अपेक्षा करते. तुम्हांला भक्त बनायचं असेल, तर आपला मस्तिष्करूपी घडा, बुद्धिविलास त्यागून रिकामा करा आणि ईश्वरप्राप्तीच्या तृष्णेनं भरा.

मागील अध्यायात आपण वाचलं, की श्रीकृष्णाचा बालसखा उद्धव परमज्ञानी असूनही स्वतःवर नियंत्रण ठेवू शकला नाही. एका छोट्याशा गोष्टीवर श्रीकृष्णभक्त सेविका ललिता, हिला त्याने शाप दिला. ज्ञानी व्यक्तीच्या तोंडून तेव्हाच शिव्याशाप बाहेर पडतात, जेव्हा ज्ञान बुद्धीत असते, पण आचरणात नसते. आचरणात उतरलेले ज्ञान पापी, दुष्टांनाही क्षमादान देतं. उद्धवाच्या आचरणातून त्याला स्वतःच्या ज्ञानाचा आणि सत्वगुणाचा अहंकार होता, हे स्पष्टपणे दिसतं.

जगात असे खूप लोक आढळतात, ज्यांना कुठला ना कुठला अहंकार असतोच. काही आध्यात्मिक मार्गावरून चालताना अहंकार तर त्यागतात; पण सत्वगुणी अहंकाराने ग्रासतात. म्हणजेच आपल्या चांगुलपणाचा, चांगली कर्म, भक्ती आणि ज्ञानाचा...! इतरांपेक्षा स्वतःला ईश्वराच्या जास्त निकट, प्रिय समजण्याचा अहंकार...! उद्धवामध्ये हाच अहंकार होता.

या अध्यायात आपण सत्वगुणाचा अहंकार समजून घेऊ, म्हणजे आध्यात्मिक विकासाच्या पथमार्गावर या अहंकारापासून बचाव होईल. नाहीतर या एकाच अवगुणामुळे आपलं पतन होऊ शकतं! आपण कितीही पूजापाठ, भक्ती, ध्यान केलं, तरीही इतर सांसारिक अहंकारी लोकांमध्ये आणि आपल्यामध्ये काहीच फरक राहणार नाही. बघू या, हा अहंकार आहे तरी काय!

एखादी व्यक्ती, 'मीच सर्व काही जाणते... माझ्याइतका महान इतर कुणीही नाही, असा विचार करते.' तेव्हा आपण तिला अहंकारी म्हणतो. कुठली ना कुठली श्रेष्ठतेची भावना बाळगून, इतरांना स्वतःपेक्षा हीन समजणं, ही अहंकारी माणसाची ओळख असते. ज्ञान, कला, गुण, शक्ती, पद, प्रतिष्ठा, संसाधन, जाती, कूळ, रूप, रंग, देश अशा कुठल्याही गोष्टीचा अहंकार असू शकतो. विशेष गुण नसतानाही लोक अहंकारी असतात. परंतु हा खरा अहंकार नाही! ज्या अहंकाराचं कारण कुठलीही बाह्य गोष्ट असते, तिला नकली व बाह्य अहंकार म्हणू शकतो.

अहंकाराच्या मूळ रूपात 'मी'चा भाव असल्याने, व्यक्ती स्वतःला इतरांपेक्षा वेगळं समजते. मायेच्या प्रभावामुळे माणूस अहंकारी बनतो, ज्याला 'सूक्ष्म अहंकार' किंवा 'खरा अहंकार' असंही म्हणता येईल.

मायेत अडकलेला माणूस आध्यात्मिक मार्गावर वाटचाल करतो, तेव्हा प्रथम ज्ञान आणि भक्तीच्या मदतीने बाह्य अहंकारावर विजय प्राप्त करतो. मग साधनेतून तो 'मीपणा'वरही विजय प्राप्त करतो. सूक्ष्म अहंकार विलीन करून अहंकारशून्य होणं, आपला 'मीपणा' सोडून 'परमचेतना' म्हणजेच 'वैश्विक मी'मध्ये लीन होणं हेच ज्ञान-भक्ती-सेवा (आध्यात्मिक मार्ग) यांचं लक्ष्य आहे. हीच मुक्ती-मोक्ष-स्वबोधाची अवस्था आहे.

अहंकारशून्य झाल्यावर मनुष्य स्वतःमध्ये आणि इतरांमध्ये त्या एक परमचेतनेचा अनुभव करू लागतो, ज्याला ईश्वर संबोधलं जातं. जे खरे भक्त, खरे ज्ञानी आहेत, त्यांच्या मनात हाच भाव असतो. मीरा, राधा, गोपी यांना प्रत्येक जिवात कृष्ण दिसत होता. त्यांचं प्रत्येक कर्म कृष्णाला समर्पित करूनच होत असे.

एका भक्ताची यात्रा

अहंकारशून्य अवस्था प्राप्त करण्यासाठी भक्त सत्याचा प्रवास करत असतो. ज्ञान मिळवण्यापासून त्याच्या यात्रेला सुरुवात होते. जेव्हा त्याला सत्याचं ज्ञान

मिळतं, तेव्हा भक्त मायेची बंधनं समजू लागतो. तेव्हा त्याला पद, प्रतिष्ठा, सौंदर्य, शक्ती, सिद्धी हा सर्व मायेचा प्रपंच आहे, हे ज्ञात होतं. खरं सत्यधन तर ईश्वर आहे, ज्याला प्राप्त करायचं आहे. अशा प्रकारे तो ज्या अहंकाराचं कारण बनतो, त्या सर्व गोष्टींपासून बाहेर येतो. त्यानंतर तो चांगली कर्मं करतो, दान-पुण्य करू लागतो, लोकांची सेवा करतो. आता त्याचा वेळ सांसारिक मनोरंजनाऐवजी सत्संग, भक्ती, ध्यान, सेवा यांमध्ये व्यतीत होतो. परंतु समजशक्तीच्या अभावामुळे आता त्याच्यामध्ये एक वेगळाच अहंकार उत्पन्न होतो, तो आहे सत्वगुणी अहंकार!

तुम्हीही समाजात अशा कित्येक सन्माननीय व्यक्तींना पाहिलं असेल, ज्यांना 'भगतजी', 'पंडितजी' अशांसारखी उपाधी मिळते. कारण ते धार्मिक कार्य, सेवा, सत्संग अशा कामांमध्ये हिरिरीने भाग घेतात. त्यांच्या कामाची खूप प्रशंसा होते, दान आणि सेवाकार्याचे गुणगान होते. त्यामुळे ते स्वतःला इतरांपेक्षा श्रेष्ठ मानू लागतात, त्यांच्यामध्ये चांगुलपणाचा अहंकार निर्माण होतो. काहींना आध्यात्मिक ज्ञान प्राप्त केल्यानंतर 'मला सर्व माहीत आहे' असा अहंकार जडतो. संधी मिळेल तिथे-तिथे ते स्वतःच्या ज्ञानाचं प्रदर्शन करू लागतात. अशांची अवस्था, ते विहिरीतून तर बाहेर निघाले, पण दरीत पडले, अशी होते!

अहंकार, मायावी संसाधन, शक्तीचा असो किंवा भक्तीचा; अहंकार तर अहंकारच असतो ना! जो भक्ताच्या पतनाला कारणीभूत ठरतो. अशा कितीतरी पौराणिक कथा आहेत, ज्यात हे वर्णन आहे. ईश्वराने पाहिलं, की त्याचा भक्त अहंकारात अडकला आहे, तेव्हा तो अशी लीला रचतो, ज्यामुळे भक्ताचा मानभंग होऊन तो अहंकाररहित भक्तिमार्गावर परतून येतो.

उद्धवासोबतही असंच घडलं. आपल्याला वाटेल, की त्यांना शाप मिळाल्याने, त्यांचा पुढचा जन्म नेत्रहीन झाला, कष्टप्रद झाला. परंतु थोडा वेगळा विचार केला, तर ईश्वराने एक प्रकारे आपल्या भक्ताच्या विकासासाठी, त्याला भक्तीचा स्वाद कळण्यासाठी सूरदासांचा जन्म दिला, हे लक्षात येईल.

भक्तांचा विकास, ईश्वराची इच्छा

ईश्वराची इच्छा असते, की त्याच्या भक्ताने अहंकार, मोह, माया, विकार, चुकीच्या धारणा, चुकीच्या वृत्ती अशा साऱ्या बाधा पार करून त्याच्याजवळ लवकर पोहोचावं. यासाठी तो भक्ताच्या आयुष्यात अशी व्यवस्था करतो, जिथे

भक्त आपले अर्धवट राहिलेले धडे लवकर शिकून आत्मिक विकास करू शकेल.

अशा प्रकारे आपला प्रवास सुरूच राहतो. जे शिकायचं राहून गेलं, ते आपण नंतर शिकतो, या जन्मात किंवा पुढील जन्मात! कारण सूक्ष्म शरीराचा प्रवास तर सुरूच असतो. उद्धव ज्ञानी तर झाला होता; आता त्याला विनम्रता, भक्ती आणि प्रेम शिकायचं होतं, जे त्याने सूरदास होऊन शिकलं. अशाच प्रकारे संत तुलसीदासांच्या आध्यात्मिक उन्नतीसाठी ईश्वराने त्यांची पत्नी रत्नावलीला निमित्त बनवलं. रत्नावलीच्या टोमण्याद्वारे संत तुलसीदासांचा मोहभंग केला.

ज्याप्रमाणे अग्नीत तापवल्याने सोने झळाळून उठते (कुंदन बनते), त्याप्रमाणे प्रतिकूल परिस्थितींचा सामना करून, आपल्या कमजोरीला ताकद बनवून भक्त प्रत्येक बाधा पार करतात. उद्धवासमोरही अशीच बिकट परिस्थिती निर्माण होणार होती. ती त्याच्या अहंकारावर आघात करून त्याच्या मनात भक्तीची भावना प्रबळ करणार होती; त्याची भौतिक दृष्टी बंद होणार होती; त्यामुळे ते बाह्य अहंकारापासून दूर राहावेत, अशी आंतरिक दृष्टी त्यांना मिळणार होती, जेणेकरून ते फक्त आपल्या कान्हांच्या लीला पाहून भक्तीचा आनंद घेऊ शकतील!

ज्ञान आणि भक्ती : एकाच नाण्याच्या दोन बाजू

ईश्वरावर प्रेमामुळे मानवासमोर मुक्तीचा मार्ग खुला होतो. आराध्यापर्यंत पोहोचण्यासाठी कुणी भक्तीचा, तर कुणी ज्ञानाचा मार्ग निवडतात. तर्कबुद्धी प्रबळ असते, ते सहजतया ज्ञानमार्ग निवडतात; ज्यात भावना प्रबळ असते, ते भक्तिमार्ग निवडतात. खरंतर ज्ञानमार्ग आणि भक्तिमार्ग यांना वेगवेगळं समजलं जातं. परंतु ते एकमेकांना पूरक आहेत. भक्तिविना ज्ञान, व्यक्तीला अहंकारी बनवू शकतं... आणि एक अहंकारी, ज्ञानी मनुष्य अज्ञानी व्यक्तीपेक्षा जास्त त्रासदायक असतो.

भक्तीच्या अभावामुळे ज्ञान एका ढोलकाप्रमाणे असते, बाहेरून मोठे, भारी; पण आतून पोकळ, रिकामे! भक्तिविना ज्ञान अहंकार वाढवतं आणि ज्ञानाविना भक्ती अंधभक्ती बनते. ती कर्मकांडांत आणि अंधविश्वासात अडकू शकते. म्हणून भक्ती आणि ज्ञानाचे संतुलन ईश्वरप्रेमीभक्ताला त्याच्या लक्ष्यापर्यंत लवकर आणि सहजतेने पोहोचवते.

पुढील अध्यायात आपण संत सूरदास यांच्या जन्मकथेचा आनंद घेऊ या.

•••

खंड - ३

सूरदासांचा रचना संसार

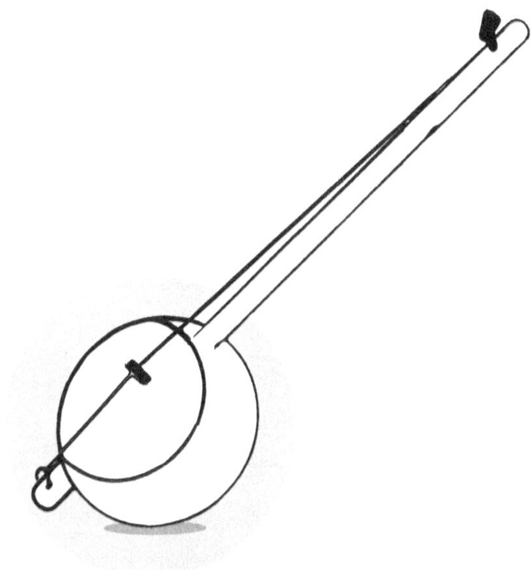

रात्री उशीवर डोकं टेकेपर्यंत ईश्वराची स्तुती होत असेल,
तर सकाळी आनंदात, मजेत जाग येईल.

१८

श्रीकृष्ण जन्मलीला

टीप कागद (ब्लॉटिंग पेपर) जसा पूर्णपणे शाई शोषून घेतो, तसाच एक भक्त भक्तीत तल्लीन होतो, तेव्हा त्याची तार्किक बुद्धी पूर्णपणे समर्पित होते.

गुरू वल्लभाचार्यांनी सूरदासांना श्रीनाथजी मंदिरात कीर्तनसेवेची जबाबदारी दिली, तेव्हा सूरदासांनी श्रीनाथजींसाठी एकाहून एक सुंदर अशा पदांची रचना केली. गुरुकृपेने त्यांना आणि त्यांच्या प्रतिभेला असा मंच मिळाला, जिथे ते श्रीकृष्णलीलेवर आधारित पदं रचून गाऊ लागले. त्यांच्या भावपूर्ण पदगायनावेळी भक्त डोलत, नाचत आणि गात असत. सूरदासांची ही पदं 'सूरसागर'मध्ये संकलित आहेत.

सूरदासांचे काव्य भक्तीवर आधारित आहे आणि त्यांची भक्ती सखाभावाची आहे. श्रीकृष्णाविषयी त्यांच्या मनात ज्या-ज्या भावना होत्या, कल्पना होत्या त्या सर्व त्यांनी त्यांच्या पदांमध्ये रचल्या. श्रीकृष्णाच्या छोट्या-छोट्या बाललीला आणि प्रेमक्रीडांचे त्यांनी इतकं अद्‌भुत आणि प्रभावी वर्णन केलं, जे ऐकून सामान्य लोकांच्या मनात भक्तिभावना उत्पन्न होत असे!

सूरदासांच्या काव्याची भाषा ब्रजभाषा आहे, ती अतिशय सोपी आणि मधुर

नाचत बृद्ध, तरुन अरु बालक, गोरस-कीच मचाई।
सूरदास स्वामी सुख-सागर, सुंदर स्याम कन्हाई॥

भावार्थ : प्रस्तुत पदात त्या वेळेचं वर्णन आहे, जेव्हा अख्ख्या गोकुळात नंद-यशोदेला झालेल्या पुत्राची चर्चा सुरू होती, सर्व ब्रजवासी एकमेकांना ही सुखवार्ता देत होते.

पदामध्ये सूरदास म्हणतात : गोकुळातील एक गोपी आपल्या सखीला म्हणते, 'सखी, यशोदाराणीला अतिशय सुंदर पुत्र झाला आहे, ही नवीन वार्ता ऐकून मी येथे आले आहे. आज तर गोकुळातील घराघरांत आनंद साजरा होतोय... मंगलगीत गायिले जात आहेत... नंदाच्या दारापुढे सर्व स्त्री-पुरुष, गोपगोपिकांची गर्दी जमा झाली आहे... सर्व जण त्यांचं अभिनंदन करत आहेत... आनंद साजरा करत आहेत... त्या सुंदर दृश्याचं वर्णन करणं खरंतर अवघड आहे. आज गोकुळात सर्वत्र केवळ आणि केवळ आनंद भरून राहिला आहे!

नंदाच्या द्वारावर हिरे-माणके यांची खैरात सुरू होती... वृद्ध, युवा आणि बालक सर्व मग्न होऊन नाचत होते... तिथे गोरस म्हणजे दूध, दही, लोणी यांची बरसात होत होती, ज्यामुळे सर्वत्र चिखल झाला होता!

सूरदास म्हणतात, 'माझे आराध्य देव, माझे कन्हाई सुंदर आणि सावळ्या वर्णाचे आहेत, ते सुखांचा सागर आहेत.'

ते निकसीं देति असीस, रुचि अपनी-अपनी।
बहुरीं सब अति आनंद, निज गृह गोप-धनी॥
पुर घर-घर भेरि-मृदंग, पटह-निसान बजे।
बर बारनि बंदनवार, कंचन कलस सजे॥
ता दिन तैं वै ब्रज लोग, सुख-संपति न तजे।
सुनि सबकी गति यह सूर, जे हरि-बरन भजे॥

भावार्थ : संत सूरदास या पदात म्हणतात : यथायोग्य उचित दान मिळाल्यावर सर्व जण आपापल्या पसंतीनुसार बालकृष्णाला आशीर्वाद देऊन नंदभवनातून बाहेर पडले आणि हर्षोल्लासाने भरलेले लोक आपापल्या घरी परतले. ब्रजातील घराघरांतून भेरी (मोठा ढोल), मृदंग, नगारे (पटह), डंके अशा वाद्यांचे आवाज गुंजायला लागले... तोरणांनी नगर सजवले गेले... स्वर्णकलशांची स्थापना केली

गेली. त्या दिवसापासून ब्रजवासी सुखी आणि संपन्न जीवन जगू लागले. कुणाच्याही आयुष्यात कसलाही अभाव, उणीव उरली नाही.

सूरदास म्हणतात, 'जे लोक श्रीहरीच्या चरणकमलांचं ध्यान करतात, भक्ती करतात, त्यांना अशी सुंदर गती प्राप्त होते.'

सूरदासांनी श्रीकृष्णजन्मावर अनेक पदं लिहिली, त्याप्रसंगी ब्रजवासियांना झालेल्या आनंदाचं अतिशय सुंदर वर्णन केलं आहे, त्यांमधील काही आपण या अध्यायात वाचले. आता, पुढील अध्यायात कृष्णाच्या मनोहारी बाललीलांचे वर्णन वाचू या.

•••

१९

श्रीकृष्ण बाललीला पद

ईश्वरासमोर बौद्धिकतेचा काही उपयोग होत नाही, तो बुद्धीच्या पलीकडे आहे. ईश्वर केवळ निर्मळ, निरागस भक्ती असेल, तरच प्रकट होतो आणि स्वतःहून भक्ताजवळ येतो.

सूरदासांनी कृष्णजन्म आणि कृष्णाच्या बाललीलांचं असं काही वर्णन केलं आहे, की ऐकणारे आणि वाचणारे यांना श्रीकृष्णलीला प्रत्यक्षात पाहिल्यासारखंच वाटतं. या पदांची रचना करताना सूरदासांचं भक्तहृदय एकीकडे बालकृष्णाला ईश्वररूपातच पाहतं, त्याच वेळेस दुसरीकडे ते कृष्णाला बालसुलभ लीला करताना पाहतं. या अध्यायात अशाच काही सुंदर पदांचं अर्थासहित संकलन केलं आहे. चला, कृष्णाच्या बाललीलांचा आनंद घेऊ या!

पालनैं गोपाल झुलावैं।
सुर-मुनि-देव कोटि तैंतीसौ, कौतुक अंबर छावैं॥
जाकौ अंत न ब्रह्मा जानै, सिव-सनकादि न पावैं।
सो अब देखौ नंद-जसोदा, हरषि-हरषि हलरावैं॥

हुलसत, हँसत, करत किलकारी, मन अभिलाष बढ़ावैं॥
सूर स्याम भक्तनि हित कारन, नाना भेष बनावैं॥

भावार्थ : प्रस्तुत दोह्यात सूरदास म्हणतात : माता यशोदा कृष्णाला पाळण्यात झुलवत आहे. सूर, मुनी आणि तेहतीस कोटी देवताही या दिव्य लीला अतिशय उत्सुकतेने आकाशातून पाहत आहेत. जो अनादि-अनंत आहे, ज्या हरीला ब्रह्मा-शिव-सनकादिक मुनी इत्यादींपैकी कुणीही तत्त्वासकट जाणू शकले नाहीत, त्या हरीला यशोदा-नंद किती प्रेमानं प्रसन्न होऊन पाळण्यात झुलवत आहेत. भगवान श्रीकृष्ण सामान्य बालकाप्रमाणे खूश होतात, हसतात आणि हर्षविभोरही होतात. असं करून ते नंद-यशोदेच्या मनातील अभिलाषा आणखी वाढवतात.

सूरदास म्हणतात, 'ईश्वर भक्तांच्या कल्याणासाठी नाना प्रकारचे वेश धारण करतात. निराकारातून साकार रूप धारण करतात.'

यह सुख सुनि हरषीं ब्रजनारी।
देखन कौं धाईं बनवारी।
कोउ जुवती आई, कोउ आवति।
कोउ उठी चलति, सुनत सुख पावति॥
घर-घर होति आनंद बधाई।
सूरदास प्रभु की बलि जाई॥

भावार्थ : या दोह्यात सूरदासांनी त्या वेळेचं वर्णन केलं आहे, जेव्हा बालकृष्ण काही महिन्यांचा झाला असून, पहिल्यांदाच तो कुशीवर वळला आहे. ही वार्ता ऐकून ब्रजातील सर्व स्त्रिया आनंदी होऊन कान्हाच्या दर्शनासाठी नंदभवनाकडे धावत निघाल्या आहेत. कुणी गोपी नंदाघरी आली आहे, कुणी येत आहे, तर कोणी येण्यासाठी तयार होत आहे. कुणी ही वार्ता ऐकून मनातल्या मनात पुलकित होत आहे. घरोघरी आनंदाचं वातावरण आहे.

सूरदास म्हणतात, 'मी स्वतःला माझ्या प्रभूवरून ओवाळून टाकलं आहे.'

हरि किलकत जसुमति की कनियाँ।
मुख मैं तीनि लोक दिखराए, चकित भई नँद-रनियाँ॥
घर-घर हाथ दिवावति डोलति, बाँधति गरैं बघनियाँ।

सूर स्याम की अद्‌भुत लीला नहिं जानत मुनिजनियाँ॥

भावार्थ : भगवान श्रीकृष्ण, यशोदेच्या मांडीवर बसून बोबडं बोलत आहेत, चित्कार भरत आहेत. तेव्हा त्यांच्या तोंडात माता यशोदेला त्रिलोकांचं दर्शन झालं. तिथे पूर्ण ब्रह्मांड फिरताना दिसलं, हे पाहून यशोदामाता चकित झाली! तिला समजलंच नाही, ही अशी कोणती लीला आहे...! कुणी माझ्या बाळावर जादूटोणा तर केला नाही ना...! असा विचार करून ती घरोघरी जाऊन कान्हाच्या शिरावर थोरामोठ्यांकडून आशीर्वादाचा हात ठेवून घेत आहे, दृष्ट काढून घेत आहे, गळ्यात तावीज बांधत आहे.

सूरदास म्हणतात, 'प्रभू श्यामची लीला विचित्र आहे. त्यांची लीला सिद्धजन समजू शकत नाहीत, तिथे मला काय कळणार!'

खेलत नंद-आँगन गोविंद।
निरखि-निरखि जसुमति सुख पावति, बदन मनोहर इंदु॥
कटि किंकनी चंद्रिका मानिक, लटकन लटकत भाल।
परम सुदेस कंठ केहरि-नख, बिच-बिच बज्र प्रवाल॥
कर पहुंची, पाइनि मैं नूपुर, तन राजत पट पीत।
घुटुरुनि चलत, अजिर महँ बिहरत, मुख मंडित नवनीत।
सूर बिचित्र स्याम कै रसना कहत न आवैं।
बाल दसा अवलोकि सकल मुनि, जोग बिरति बिसरावैं॥

भावार्थ : प्रस्तुत पदात सूरदास म्हणतात : गोपाळांचा राजा, प्रभू श्रीकृष्ण नंदाच्या अंगणात बाललीला करत आहेत. ते एखाद्या सामान्य मुलाप्रमाणे खेळ आहेत. त्यांना खेळताना पाहून माता यशोदा आनंदविभोर होते, छोट्या कान्हाचे चंद्रासमान सुंदर मुख मनोहर असून त्यांनी कमरेत किंकिणी आणि माथ्यावर चंद्रिका धारण केली आहे. कपाळावर मण्यांची माळ झुलतेय. गळ्यातील माळेत हिरे आणि मुंग ओवलेले आहेत. हातात रुणुझुणु वाजणारे कंकण घातले आहेत, पायात घुंगरू आणि शरीरावर पीतवस्त्र शोभून दिसतंय. नंदाच्या अंगणात बालकृष्ण गुडघ्यावर रांगत आहेत. बालक्रीडेने ते अंगण सुशोभित झालं आहे. कान्हाच्या चेहऱ्यावर लोणी फासलं आहे.

सूरदास सगळीकडे म्हणतात, 'शामसुंदराच्या विचित्र लीलांचं वर्णन मी माझ्या वाणीनं कसं करू? ते तर फारच अशक्य आहे! त्यांची बालक्रीडा पाहण्यासाठी मुनीजन, योगी, वैरागी, ध्यानी आदी सर्व जण आपली साधना करणंही विसरून गेले आहेत. त्यांना त्या बाललीला पाहण्यातच अतीव सुख मिळतंय!'

कान्ह चलत पग द्वै-द्वै धरनी।
जो मन मैं अभिलाष करति ही, सो देखति नँद-घरनी॥
रुनुक-झुनुक नूपुर पग बाजत, धुनि अतिहीं मन-हरनी।
बैठि जात पुनि उठत तुरतहीं सो छबि जाइ न बरनी॥
ब्रज-जुवती सब देखि थकित भईं, सुंदरता की सरनी।
चिरजीवहु जसुदा कौ नंदन सूरदास कौं तरनी।

भावार्थ : या पदात सूरदास त्या वेळेचं वर्णन करत आहेत, जेव्हा बालकृष्ण थोडा चालू लागला आहे. ते म्हणतात, 'आता बालकृष्ण धडपडत दोन-दोन पावलं पुढे टाकतो आहे, चालायला शिकतो आहे. यशोदामातेच्या मनात अभिलाषा, प्रतीक्षा होती, की तिचं बाळ चालायला लागेल, आता ती पूर्ण झाली आहे. बालकृष्ण चालतो तेव्हा त्याच्या पायातील घुंगरू रुणुझुणु वाजतात. हा मधुर ध्वनी साहजिकच मनाला हळुवार स्पर्श करून जातो, आपल्या आकर्षणात बांधतो. कधी चालता-चालता कृष्ण अचानक बसतो आणि मध्येच उठून परत चालायला लागतो. बालकृष्णाची ही छबी अवर्णनीय आहे! ब्रजनारी बालकान्हाची अशी अनुपम रूपं पाहून चकित होत आहेत! सूरदासांना भवसागर पार करून नेणारा, तारून नेणारा यशोदानंदन चिरंजीव व्हावा, अशी कामना सूरदास करतात!'

कहन लागे मोहन मैया-मैया।
नंद महर सौं बाबा-बाबा, अरु हलधर सौं भैया॥
ऊँचे चढ़ि-चढ़ि कहति जसोदा, लै लै नाम कन्हैया।
दूरि खेलन जनि जाहु लला रे, मारैगी काहु की गैया॥
गोपी-ग्वाल करत कौतूहल, घर – घर बजति बधैया।
सूरदास प्रभु तुम्हारे दरस कौ, चरननि की बलि जैया॥

भावार्थ : प्रस्तुत पदात आता सूरदास त्या समयाची कल्पना करत आहेत, जेव्हा बालकृष्ण बोलायला सुरुवात करतात. ते म्हणतात : आज बालकृष्ण यशोदेला 'मैया-मैया' आणि नंदाला 'बाबा-बाबा' अशी हाक मारतोय. बलरामाला भैय्या म्हणू लागला आहे. आता तो घरातून बाहेर जाऊन खेळू लागला आहे. यशोदामाता उंच कठड्यावर चढून सांगत आहे, 'कन्हैया, खेळत-खेळत दूर जाऊ नकोस, गाय येऊन धक्का मारेल.' गोपगवळी आपापसांत हास्यविनोद करत आहेत आणि घराघरांतून आनंद साजरा होतोय.

सूरदास म्हणतात, 'प्रभू! तुझ्या दर्शनासाठी मी स्वतःला तुझ्या चरणकमलांवर अर्पण करतोय!'

मैया, कबहिं बढ़ैगी चोटी?
किती बार मोहि दूध पियत भइ, यह अजहूँ है छोटी॥
तू जो कहति बल की बेनी ज्यौं, ह्वैहै लाँबी-मोटी।
काढ़त-गुहत-न्हवावत जैहै नागिनि-सी भुइँ लोटी॥
काँचौ दूध पियावति पचि-पचि, देति न माखन-रोटी।
सूरज चिरजीवौ दोउ भैया, हरि-हलधर की जोटी॥

भावार्थ : प्रस्तुत पद खूप प्रसिद्ध आहे. यामध्ये सूरदास बालकृष्णाच्या बालसुलभ जिज्ञासेचे वर्णन करत आहेत, कृष्ण आपले छोटेसे केस पाहून यशोदामातेला विचारतोय, 'मैया, माझी वेणी कधी मोठी होईल? मला दूध प्यायची सुरुवात करून कितीतरी दिवस झाले, पण अजून ही तर छोटीच आहे. तू तर सांगतेस, की दूध प्यायल्यामुळे माझी वेणी बलराम भैय्याच्या वेणीइतकी लांबसडक आणि जाड होईल. विंचरताना, वेणी घालताना, धुताना नागिणीसारखी जमिनीवर पसरेल, पण असं होताना काही दिसत नाही. तू तर वारंवार मला दूध प्यायला देतेस. मात्र, लोणी-पोळी देत नाहीस.

सूरदास आनंदाने प्रभूच्या बालरूपासाठी कामना करतात, की 'कृष्ण-बलरामाची जोडी परम कल्याणकारी आहे, दोघंही चिरंजीव होवोत!'

मैया, मोहि बड़ौ करि लै री।
दूध-दही-घृत-माखन-मेवा, जो माँगो सो दै री॥

कछू हौंस राखै जनि मेरी, जोइ-जोइ मोहि रुचै री।
होऊँ बेगि मैं सबल सबनि मैं, सदा रहौं निरभै री॥
रंगभूमि मैं कंस पछारौं, घीसि बहाऊँ बैरी।
सूरदास स्वामी की लीला, मथुरा राखौं जै री॥

भावार्थ : प्रस्तुत दोह्यात सूरदास वर्णन करतात : बाळकृष्ण यशोदेजवळ हट्ट करत आहेत, 'मैया, मला लवकर मोठा कर! दूध, दही, तूप, लोणी, मेवा, मी जे काही मागेन, ते मला लगेच आणि खूप प्रमाणात दे! माझी कुठलीच इच्छा अपूर्ण ठेवू नकोस! मला जे-जे आवडतं, ते सर्व दे! ते खाऊन मी लवकर बलवान होईन आणि सदैव निर्भय राहीन! रणभूमीमध्ये मी कंसाचा पराजय करून, त्या वैऱ्याला खेचून समाप्त करेन आणि मथुरेला जिंकेन! मैया, मला शक्तिदायक भोजन देत जा!

सूरदास म्हणतात, 'हीच तर माझ्या प्रभूची लीला आहे.'

•••

२०

नलकुबेर आणि मणिग्रीवाचा उद्धार

भक्तीच्या परमावस्थेतच परमज्ञानाची प्राप्ती होते, आणि परमज्ञानाची अवस्था प्राप्त करणे, भक्तीशिवाय शक्यच नाही.

या अध्यायात आपण सूरदासांच्या नजरेने श्रीकृष्णाच्या बालपणीच्या त्या घटना पाहणार आहोत. आता ते आईजवळ इतर मुलं आणि भावाची तक्रार करू लागले होते. गायी चारण्यासाठी घेऊन जात होते आणि चोरून लोणी खाऊ लागले होते. त्यांच्या बालपणीच्या खोड्यांचे सूरदासांनी केलेले वर्णन पाहू या.

मैया मोहि दाऊ बहुत खिझायौ।
मोसौं कहत मोल कौ लीन्हौ, तू जसुमति कब जायौ?
कहा करौं इहि रिस के मारैं खेलन हौं नहिं जात।
पुनि-पुनि कहत कौन है माता को है तेरौ तात॥
गोरे नंद जसोदा गोरी, तू कत स्यामल गात।
चुटुकी दै-दै ग्वाल नवावत, हँसत, सबै मुसुकात॥
तू मोही कौं मारन सीखी, दाउहि कबहुँ न खीझै।
मोहन-मुख रिस की ये बातैं, जसुमति सुनि-सुनि रीझै॥

सुनहु कान्ह, बलभद्र चबाई, जनमत ही कौ धूत।
सूर स्याम मोहि गोधन की सौं, हौं माता तू पूत॥

भावार्थ : प्रस्तुत दोह्यात सूरदास एका अगदी नैसर्गिक बाललीलेचं वर्णन करत आहेत. यामध्ये कन्हैया यशोदामैयाकडे आपला भाऊ बलरामाची तक्रार करताना म्हणतो, 'मैया! आज बलरामदादाने माझी खूप चेष्टा केली. तो म्हणतो, 'तुला तर खरेदी करून आणलं आहे, विकत आणलं आहे, यशोदा मैयाने तुला कधी जन्म दिला?' आई, तूच सांग मी काय करू? याच कारणास्तव मी खेळायला जात नाही. बलरामदादा पुनःपुन्हा विचारतात, 'तुझी आई आणि बाबा कोण आहेत? यशोदा माता गोरी आहे, नंदबाबाही गोरे आहेत, मग तू सावळा कसा?' चुटक्या वाजवून गोपबालकं मला चिडवतात. सर्व जण मला हसतात आणि खिजवतात. शिवाय, तू फक्त मलाच मारतेस, बलरामदादावर कधी चिडतही नाहीस. त्यामुळे मलाही आता वाटू लागलंय, की दादा खरं तर बोलत नाही!'

कान्हाच्या रुसलेल्या मुखातून अशा निरागस तक्रारी ऐकून यशोदामातेच्या मनात त्याच्याबद्दलचं प्रेम उफाळून येत असे. ती हसतच म्हणते, 'ऐक कान्हा, तुझा भाऊ बलराम तर चुगलखोर आणि जन्मापासूनच धूर्त आहे.'

सूरदास म्हणतात, 'यशोदा कृष्णाला विश्वास देते, 'मी गायींची शपथ घेऊन सांगते, तू माझाच पुत्र आहेस आणि मी तुझी आई आहे.''

मुखामध्ये ब्रह्मांड दर्शन करणे

नंदहि कहति जसोदा रानी।
माटी कैं मिस मुख दिखरायौ, तिहूँ लोक राजधानी॥
स्वर्ग, पताल, धरनि, बन, पर्वत, बदन माँझ रहे आनी।
नदी-सुमेर देखि चकित भई, याकी अकथ कहानी॥
चितै रहे तब नंद जुवति-मुख मन-मन करत बिनानी।
सूरदास तब कहति जसोदा गर्ग कही यह बानी॥

भावार्थ : सूरदासांनी हा दोहा प्रसिद्ध कृष्णबाललीलेवर लिहिला आहे, जेव्हा कान्हाने माती तोंडात घातली होती, आणि ती गोष्ट तो नाकारत होता. तेव्हा यशोदामाता रागावून म्हणाली, 'कृष्णा, तोंड उघड!' यावर कान्हाने भोळेपणाने

तोंड उघडून दाखवलं. त्या वेळी यशोदेला कान्हाच्या मुखात समस्त ब्रह्मांड दिसलं. ते पाहून ती घाबरली. आता हीच घटना ती नंदाला सांगत आहे.

सूरदास पुढे सांगतात : यशोदामाता नंदराजाला म्हणाली, माती दाखवण्यासाठी कान्हाने तोंड उघडलं... मात्र, त्यात माती दिसली नाही. परंतु त्याच्या मुखात तिन्ही लोक आणि त्यांच्या राजधान्या दिसल्या. त्याचबरोबर सारे स्वर्ग, पाताळ, धरती, वन, पर्वत पाहिले. त्याच्या मुखात नद्या आणि सुमेरू पर्वत पाहून मी तर आश्चर्यचकितच झाले!'

यशोदेचं बोलणं ऐकून नंदाला तिची काळजी वाटू लागली. तिच्या बोलण्यावर त्याचा विश्वासच बसला नाही. यशोदेकडे पाहत ते असा विचार करू लागले, 'यशोदा काय हे वेड्यासारखं बोलते आहे!'

सूरदास पुढे म्हणतात : यशोदामाता नंदबाबांना म्हणाली, 'महर्षी गर्ग मुनींनी हेच तर सांगितलं होतं, की तुमचा गोविंद श्रीहरी विष्णूचा अवतार आहे.' या विचाराने ती मनातल्या सुखावली.

लोणीचोरीचं पद

प्रथम करी हरि माखन-चोरी।
ग्वालिनि मन इच्छा करि पूरन, आपु भजे ब्रज-खोरी॥
मन मैं यहै बिचार करत हरि, ब्रज घर-घर सब जाउँ।
गोकुल जनम लियौ सुख कारन, सब कैं माखन खाउँ॥
बालरूप जसुमति मोहि जानै, गोपिनि मिलि सुख-भोग।
सूरदास प्रभू कहत प्रेम सौं, ये मेरे ब्रज-लोक॥

भावार्थ : प्रस्तुत पदात सूरदास कन्हैयाच्या पहिल्यांदा लोणी चोरण्याचे वर्णन करतात. बाळकृष्णाद्वारे लोणी चोरण्यावर त्यांनी बरीचशी पदं लिहिली, त्यातील एक पुढे दिलं आहे.

सूरदास म्हणतातः कन्हैयाने पहिल्यांदा लोण्याची चोरी केली आणि गोपिकेच्या मनातील अभिलाषा पूर्ण केली. ब्रजातील सर्व गोपींची ही इच्छा होती, की कृष्णाने त्यांच्या घरी लोणी खावे. आता कृष्ण गोकुळातील गल्ल्यांमध्ये हिंडू लागलाय.

शिवाय, मनात हा विचारदेखील करू लागलाय, की मी ब्रजातील प्रत्येक घरी जाईन आणि चोरून लोणी खाईन... मी हा जन्म गोकुळात अशा लीला करण्यासाठी आणि गोपगोपींना सुख देण्यासाठी घेतला आहे... यशोदामाता मला लहान बालक समजते... गोपींना भेटून मी त्यांच्या स्नेहाचा मनसोक्त आनंद उपभोगेन... बाललीला करेन...!

सूरदास म्हणतात, 'प्रभू हृदयापासून मानतात, की ब्रजातील हे लोक माझे आहेत आणि त्यांना सुख देण्यासाठीच ते या लीला करत आहेत.'

मेरौ गोपाल तनक, सौ, कहा करि जानै दधि की चोरी।
हाथ नचावत आवति ग्वारिनि, जीभ करै किन थोरी॥
कब सीकैं चढ़ि माखन खायौ, कब दधि-मटुकी फोरी।
अँगुरी करि कबहूँ नहिं चाखत, घरहीं भरी कमोरी॥
इतनी सुनत घोष की नारी, रहसि चली मुख मोरी।
सूरदास जसुदा कौ नंदन, जो कछू करै सो थोरी॥

भावार्थ : प्रस्तुत पदात सूरदास पुढील वर्णन करतात : कान्हाने कसं संपूर्ण ब्रजभूमीला आपल्या खोड्यांनी हैराण केलं होतं. कान्हा आपल्या मित्रांच्या टोळीबरोबर कुणाच्याही घरात लपूनछपून जात असे आणि लोकांचं दूध, दही, लोण्यानं भरलेले घडे फोडून टाकत असे. ही टोळी लोणी चोरते, काही लोणी खाली सांडते. मग साऱ्या गोपी यशोदेच्या घरी कान्हाच्या तक्रारी करायला येतात, पण यशोदेचा यावर विश्वासच बसत नाही, की कान्हा असं काही करत असेल! कारण तिच्यासाठी तर कान्हा अगदी लहान, निरागस असतो.

सूरदास लिहितात : तक्रार ऐकल्यावर यशोदामाता गोपींना म्हणते, 'माझा कृष्ण अजून इतका लहान आहे, की तो दही-लोण्याची चोरी करूच शकत नाही.' सगळ्या गोपिका कान्हाची तक्रार घेऊन हात नाचवत, तोंडाने काहीबाही बोलत येतात. पण सर्व जणी खोटं बोलतात, माझ्या कान्हाने त्यांच्या दह्याचा घडा केव्हा फोडला? कधी वर चढून शिंकाळ्यातलं लोणी खाल्लं? माझ्या घरात दही, लोण्याचा घडा सदैव भरलेला असतो, पण तो कधी बोट घालून चाटतसुद्धा नाही. हे ऐकून सर्व जणी तोंड वाकडं करून आपापल्या घरी निघून जात.

सूरदास म्हणतात, 'यशोदेचा नंदलाल, जी लीला करेल ती कमीच आहे.'

दामोदरलीलेचे पद

बालकृष्णाची लोभसवाणी लीला आहे, दामोदरलीला!

एकदा, यशोदेला कान्हाला दूध द्यायला उशीर झाला, कारण ती घरातील इतर काही काम करत होती. भुकेनं कासावीस कान्हाने चिडून घरातील दूध-दह्याचे सारे घडे फोडून टाकले.

आता यशोदामातेलाही राग आला आणि कान्हाला अद्दल घडवण्यासाठी तिने त्याला उखळाला बांधून ठेवलं. कान्हा हळूहळू उखळ सरकवू लागला आणि उखळाला दोन अर्जुन वृक्षांमध्ये अडकवून टाकलं. मग जोर लावून ते दोन्ही वृक्ष पाडले. हे दोन अर्जुनवृक्ष म्हणजे कुबेराचे पुत्र होते. त्यांची नावं होती नलकुबेर आणि मणिग्रीव. त्यांचा गर्विष्ठ स्वभाव पाहून नारदांनी त्यांना शाप दिला. या कारणाने ते दोघे वृक्ष बनले होते, त्यांचा उद्धार या जन्मात श्रीकृष्णाने दामोदरलीला दाखवून केला. याच घटनेचं वर्णन सूरदासांनी पुढील दोन पदांमध्ये केलं आहे.

जसुमति रिस करि-करि रजु करषै।
सुत हित क्रोध देखि माता कैं, मन-हीं-मन हरि हरषै॥
उफनत छीर जननि करि व्याकुल, इहिं बिधि भुजा छुड़ायौ॥
भाजन फोरि दही सब डारयौ, माखन-कीच मचायौ॥
लै आई जेंवरि अब बांधौ, गरब जानि न बँधायौ।
अंगुर द्वै घटि होति सबनि सौं, पुनि-पुनि और मँगायौ॥
नारद-साप भए जमलार्जुन, तिन कौं अब जु उधारौं।
सूरदास-प्रभु कहत भक्त हित जनम-जनम तनु धारौं॥

भावार्थ : सूरदास म्हणतात : यशोदामाता रागावलेली होती आणि कान्हाला उखळाला बांधून ठेवण्यासाठी दोरी खेचत होती. पुत्राच्या भल्यासाठी मातेचा हा क्रोध पाहून कान्हा मनातल्या मनात हर्षित होत होता. 'आई, दूध उकळतंय,' असं सांगून त्याने मातेचं लक्ष हळूच दुसरीकडे वळवलं. मग आई दुधाकडे वळलेली पाहून, हळूच आपला हात सोडवून घेतला आणि घडा फोडून दही सांडलं. अख्ख्या अंगणात दही आणि लोणी सांडलं. त्यामुळे माता यशोदेचा राग आणखीच वाढला. ती मोठी दोरी घेऊन आली आणि म्हणाली, 'आता या दोरीनंच तुला बांधते थांब!'

पण कृष्ण त्या दोरीने बांधला गेला नाही. यशोदेने कितीतरी वेळा दोरी मागवली, पण प्रत्येक वेळी दोन बोटं दोरी कमी पडत असे. श्रीकृष्ण वारंवार अशीच लीला करत राहिला. त्याने विचार केला, 'नारदाच्या शापाने अर्जुनवृक्ष बनलेल्या कुबेर पुत्राच्या उद्धाराची वेळ आता आली आहे.'

सूरदास म्हणतात, 'भगवान तर भक्तांच्या भल्यासाठी पुनःपुन्हा शरीर धारण करून पृथ्वीवर अवतार घेतात.'

निरखि स्याम हलधर मुसुकाने।
को बाँधै, कौ छोरै इन कौं, यह महिमा येई पै जाने॥
उतपति-प्रलय करत हैं येई, सेष सहस मुख सुजस बखाने।
जमलार्जुन-तरु तोरि उधारन पारन करन आपु मन माने॥
असुर सँहारन, भक्तनि तारन, पावन-पतित कहावत बाने।
सूरदास-प्रभु भाव-भक्ति के अति हि जसुमति हाथ बिकाने॥

भावार्थ : श्रीकृष्णाने दामोदरलीला करत जुळ्या अर्जुनवृक्षांना (उन्मळून) उखडून टाकलं. हे पाहून सर्व जण आश्चर्यचकित झाले. तेव्हा तिथे बलराम आला. बलरामाला शेषनागाचा अवतार म्हटलं जातं, जो विष्णू भगवानांबरोबर त्यांच्या लीलेत सहभागी होण्यासाठी आला होता. प्रस्तुत पदात सूरदासांनी दामोदरलीला पाहिल्यानंतरची बलरामाची प्रतिक्रिया वर्णन केली आहे.

सूरदास म्हणतात : कान्हाला पाहून बलराम हसला. त्याने मनात विचार केला, अरेच्चा! कृष्णाला कोण बरं बांधू शकतं... सोडवू शकतं... त्याची लीला तोच जाणे! उत्पत्ती आणि प्रलय विष्णूच तर करतात, शेषनाग आपल्या हजार मुखांनी त्यांचं सुयश गातो. जुळ्या अर्जुनवृक्षांना पाडून त्यांना शापमुक्त करण्यासाठी ही लीला रचली आहे. हे नारायणस्वरूप आहे... असुरनाशक, भक्ततारक आहे... म्हणून तर यांनाच पतितपावन म्हटलं जातं.

सूरदास म्हणतात, 'माझा कान्हा तर मातेच्या भक्तीला वश झाले आहेत, त्यामुळेच अशी लीला करताहेत.'

•••

२१

उद्धव-गोपी संवाद

मनाच्या सकारात्मक शक्तींना जागृत करण्यासाठी साधनेद्वारे त्यांना भक्तिपूर्ण, विश्वासपूर्ण बनवा. मनातील द्वेष, ईर्ष्या, भय आणि अहंकार दूर करा.

सूरदासांची प्रसिद्ध रचना 'सूरसागर'चे सर्वांत प्रसिद्ध जे दोन भाग आहेत, त्यातील एक आहे श्रीकृष्ण बाललीला. ज्यातील काही पदं आपण मागील तीन अध्यायांमध्ये वाचली. दुसरा सर्वांत प्रसिद्ध भाग आहे, 'भ्रमरगीत', ज्यात गोपींचं कृष्णप्रेम आणि कृष्ण गोकुळातून गेल्यानंतर त्यांची जी अवस्था झाली होती, त्याचं वर्णन आहे. सूरदासांनी श्रीकृष्णमित्र उद्धव आणि गोपींमध्ये जो संवाद झाला, त्या माध्यमाद्वारे भक्ती आणि ज्ञान यातील वादाचं चित्रण केलं आहे. ती कथा अशी आहे –

श्रीकृष्ण कंसवध करण्यासाठी गोकूळ सोडून मथुरेत आले आणि तिथेच राहू लागले. त्यांच्या विरहाने गोप-गोपी, मित्रपरिवार खूप दुःखी झाले. श्रीकृष्णालाही त्यांची खूप आठवण येत असे, मात्र, पुन्हा ते गोकुळात येऊ शकले नाहीत. तेव्हा त्यांनी त्यांचा मित्र उद्धव याला गोपींचे क्षेमकुशल विचारण्यासाठी पाठवले. त्याचबरोबर त्याला, त्याच्या ज्ञानाचा उपयोग करून गोपींना समजावून सांग, त्यांची सांत्वना कर, ज्यायोगे त्यांच दुःख दूर होईल, हेही सांगितलं.

उद्धव योग व ब्रह्मज्ञानाचा ज्ञाता होता. त्याला वाटलं, खेड्यातल्या

भोळ्याभाबड्या, अज्ञानी गोपींना समजावणं खूपच सोपं असेल... तो तेथे गोपींना अनासक्तीचं ज्ञान देईल आणि त्यांचं दुःख क्षणार्धात दूर करेल! परंतु गोपींनी आपल्या वाणीच्या जाळ्यात त्याला असं अडकवलं, की तो आपलं सर्व ज्ञानच विसरून गेला. शिवाय, गोपींची भक्ती पाहून त्यांच्या दुःखात बुडून गेला.

गोपींकडे गेल्यावर उद्धवाला जाणवलं, जरी जगातील समस्त ज्ञान प्राप्त केलं, तरीही ते अर्थशून्य आहे, जर त्यात गोपींसारख्या भक्तीचा समावेश नसेल! त्याला वाटलं, गोपी तर त्याच्यापेक्षा कितीतरी उच्च स्थानी आहेत. मी तरी कृष्णाचा साथी आहे, पण या गोपी तर कृष्णमय झाल्या आहेत. अशा प्रकारे उद्धव गोपींची भक्ती आणि त्यांच्या प्रेमासमोर नतमस्तक झाला.

उद्धव आणि गोपींमधील हा म्हणजे प्रसंग भक्तिविना ज्ञानाचं काहीच महत्त्व नाही, ही शिकवण देतो. भक्तिविना ज्ञान केवळ कोरे शब्द आहेत. तेच ज्ञान श्रेष्ठ आहे, जे प्राप्त झाल्यावर ईश्वराप्रति भक्ती, विश्वास आणि समर्पण यात वृद्धी होते.

चला तर, सूरदासरचित काही भ्रमरगीतांचा आनंद घेऊ या.

ऊधौ, तुम हौ अति बड़भागी।
अपरस रहत सनेह तगा तैं, नाहिन मन अनुरागी॥
पुरइनि पात रहत जल भीतर, ता रस देह न दागी।
ज्यौं जल माहँ तेल की गागरि, बूँद न ताकौं लागी॥
प्रीति नदि मैं पाऊँ न बोरयौ, दृष्टि न रूप परागी।
'सूरदास' अबला हम भोरी, गुर चाँटी ज्यौं पागी॥

भावार्थ : प्रस्तुत पदांमध्ये गोपी उद्धवाला टोमणा मारत सांगत आहेत, 'हे उद्धवा! तू खूप भाग्यशाली आहेस, जो इतक्या दिवसांपासून श्रीकृष्णाच्या सान्निध्यात राहत असूनही त्यांच्या प्रेमरूपी बंधनात बद्ध झाला नाहीस! मनमोहनाबरोबर राहत असूनही तुझं मन अनासक्त कसं आहे...? तुझ्या मनात श्रीकृष्णाबद्दल कुठलाही प्रेमभाव उत्पन्न का झालेला नाही...? पण आम्ही दूर असूनही श्रीकृष्णाच्या प्रेमात आकंठ बुडालेले असतो.'

गोपी उद्धवाला म्हणतात, 'तू कमलपत्रासमान आहेस. ज्याप्रमाणे कमळाची पानं पाण्यात असूनही त्याच्यावर पाणी टिकत नाही, त्यांच्यावर पाण्याच्या प्रभावाचे काहीच चिन्ह दिसत नाही; तसाच तूही श्रीकृष्णाच्या प्रेमापासून अस्पर्श आहेस.

त्याने राजनीतीशास्त्राचाही अभ्यास केला आहे, असं वाटतंय. त्यामुळेच तो अधिक बुद्धिमान झाला आहे. शिवाय, आता त्या बुद्धीचा प्रयोग आमच्यावर करतो आहे. म्हणूनच त्यांनी तुझ्याद्वारे योगाचा संदेश पाठवला आहे.

'अरे उद्धवा, आधीचे लोक खूप चांगले होते. इतरांची भलाई करण्यासाठी स्वतः येत असत. पण आता, इतरांच्या दुःखात सामील होण्यासाठी ते स्वतः येत नाहीत, संदेश पाठवतात. अशा प्रकारे गोपी संकेताद्वारे उद्धवाशी बोलत आहेत, की कृष्ण आता बदलला आहे, त्याला आता आमच्याबद्दल पहिल्यासारखा स्नेह वाटत नाही.'

गोपी म्हणतात, 'मथुरेला जाताना श्रीकृष्ण आमची मनं सोबत घेऊन गेलाय, ती आता परत आम्हांला हवी आहेत. तो तर कायम नीतिपूर्ण बोलतो ना! इतरांना अन्यायापासून वाचवतो, मग हा ज्ञान आणि योगाचा संदेश पाठवून आमच्यावर अन्याय का करत आहे? त्याला ठाऊक नाही का, की आम्हांला ज्ञानाची नव्हे, तर त्याच्या दर्शनाची ओढ आहे. अरे उद्धवा, राजधर्म तर हेच सांगतो, प्रजेवर अन्याय होऊ देऊ नये, प्रजेला त्रास देऊ नये. म्हणून श्रीकृष्णाने हा योगाचा संदेश, स्वतःजवळच ठेवावा. शिवाय, त्याने स्वतः आम्हांला भेटायला यावं, असं त्याला जाऊन सांग.'

•••

२२

श्रीकृष्ण विराट रूप स्तुती

ईश्वर तुमचं स्मरण करतो, तेव्हा तुम्हांलाही विनासायास ईश्वराची आठवण येते. अर्थात जेव्हा तुमच्याकडून भक्ती केली जावी, अशी ईश्वरेच्छा असते, तेव्हा तो जीवनाला अशी दिशा देतो, जिथे सुख-दुःख, निंदा-प्रशंसा तुमच्यासाठी निमित्त ठरतात.

सूरदासांच्या बहुतांश पदांमध्ये ब्रजभूमीतील श्रीकृष्णाच्या बाललीलांचं वर्णन आलं आहे. हे पाहून एखाद्याचा गैरसमज होऊ शकतो, की सूरदास श्रीकृष्णाच्या विराट रूपाशी परिचित नव्हते. ते श्रीकृष्णाला एक 'अवतारी देह' मानून पूजा करत होते, श्रीकृष्णचेतनेला केवळ श्रीकृष्णापुरतीच मर्यादित मानत होते. परंतु असं नाही. सूरदास श्रीकृष्णाच्या विराट रूपाशी योग्य प्रकारे परिचित होते. ते जाणत होते, एकच ईश्वरीय चेतना आहे, तीच कृष्ण आहे, राम आहे, तीच ब्रह्म आहे, तीच साकारही आहे आणि निराकारही! आपल्या या आत्मानुभवाची झलक त्यांच्या बऱ्याच रचनांमधून आढळते. त्यामध्ये श्रीकृष्णाच्या विराट रूपाचं वर्णन आलं आहे. या अध्यायात आपण अशाच काही रचना वाचणार आहोत.

को माता को पिता हमारे
को माता को पिता हमारे
कब जनमत हमको तुम देख्यो,
हँसी लगत सुन बैन तुम्हारे
कब माखन चोरी कर खायो,
कब बांधे महतारी
दुहत कौन सी गइया चारत,
बात कही जे भारी
तुम जानत मोहि नंद ढिठौना,
नंद कहा ते आये
हम पूरन अविगत अविनासी,
माया ठगनी भुलाये
ये सुन ग्वालिन सब मुस्कानी,
हरष मगन हो उठाये
सूर श्याम जो निठुरैं सबहीं,
मात पिता हूँ नहीं माने।

भावार्थ : प्रस्तुत रचनेत सूरदासांनी भगवान कृष्णांचा विराट पक्ष, विराट रूप साकारलं आहे. श्रीकृष्ण स्वतःचा सत्य परिचय गोपगोपींना सांगतात. ते त्या वेळी आत्मानुभवाच्या अवस्थेत होते, म्हणून स्वतःचं 'अजन्मा', 'निराकार', 'ब्रह्म स्वरूप' असं वर्णन करत आहेत.

या पदात कान्हा गोपींना सांगत आहे, 'माझी ना कुणी माता आहे, ना कुणी पिता. माझा जन्मच झाला कुठे...! तुमचं बोलणं ऐकून मला हसू येतं, की मी कुणाचीतरी संतान आहे. मी जो वास्तवात आहे, त्याने ना कधी कुणाचं लोणी चोरलं, ना गायी चरायला घेऊन गेला! माझ्याबद्दल ही एक अजब गोष्ट सांगितली जाते, की मी गवळी आहे, नवनीतचोर आहे! तुम्ही सर्व मला नंदसुत म्हणता, पण वास्तवात हा नंद कोण आहे, त्याचा वास्तविक परिचय काय आहे, हे तुम्हांला माहीत आहे का?

'मी तर पूर्णब्रह्म आहे, अज्ञात अविनाशी आहे, जो स्वतःच्या मायेने, स्वतःला विसरून, शरीर धारण करून, पृथ्वीवर जन्म घेतला.'

यावेळी कृष्ण सर्वांना स्वतःचा वास्तविक परिचय करून देत आहे. पण सर्व गोकुळवासी अज्ञानावश त्याला लहान मुलाचं बोलणं समजून, हसून सोडून देत आहेत. आपापसांत बोलत आहेत, की हा नंदनंदन पाहा, कसं उलटसुलट बोलतोय, स्वतःला नंदाचा पुत्र मानायला नकार देतोय!

खरंतर या पदांद्वारे सूरदास लोकांना असं समजावत आहेत, की लोकांनी कृष्णाला एक चमत्कारी बालक समजून त्याचं अस्तित्व सीमित करू नये. कृष्ण तर विराटस्वरूप परब्रह्म आहे, जो अजन्मा, अविनाशी, निराकार आहे. त्याच्याच चेतनेमुळे हे सारं विश्व निर्मित असून, साकार रूपात हे ब्रह्म म्हणजेच कृष्ण आहे.

खर-दूषन-त्रिसिरापसुर-खंडन।
मरन-चिन्ह दंडक-भुव-मंडल।
बकी-दवन बक-बदन-बिदारन।
बरून-बिषाद नंद-निस्तारन।
रिषि-मष-त्रान ताड़का-तारक।
बन बसि तात-बचन-प्रतिपालक।
काली-दवन केसि-कर-पातन।
अघ-अरिष्ट-धेनुक-अनुघातन।

भावार्थ : सूरदास रचित ही कृष्णस्तुती आहे, ज्यात ते कृष्णाला एकमेव परमेश्वर मानत आहेत. श्रीरामाद्वारे झालेली कार्यंही ते कृष्णाला समर्पित करत आहेत. याचा अर्थ हाच होतो, की सूरदासांच्या दृष्टीने राम आणि कृष्णामध्ये कुठलाच भेद उरला नव्हता. त्यांना अनुभवाने ज्ञान झालं होतं, की जो राम आहे, तोच कृष्ण आहे आणि तोच निराकार ब्रह्म आहे. असं ज्ञान त्यांना अनुभवाने प्राप्त झालं होतं. सारी ईश्वर रूपं एकाच चेतनेची वेगवेगळी रूपं आहेत.

श्रीकृष्णाची स्तुती करताना सूरदास लिहितात – आपणच खर-दूषण तथा त्रिसुरा (त्रिशिर) आदी असुरांचा नाश करणारे आहात. आपणच रामस्वरूपात आपल्या पदचिन्हांनी दंडकवनातील धरतीला पवित्र आणि सुंदर बनवलं. पूतनावध करणारे, बकासुराला विदीर्ण करणारे आणि जलदेवता वरुणाच्या क्रोधापासून नंदाला मुक्त करणारेदेखील आपणच आहात.

विश्वामित्राचा यज्ञ पूर्णत्वाला नेणारे, ताडकावध (त्राटिका) करणारे आणि वनात तपस्वीवेशात चौदा वर्षं राहून पित्याच्या आज्ञेचं पालन करणारे राम आपणच आहात. कालिया नागाचा अभिमान नष्ट करणारेही, केशी, अधासुर, अरिष्टासुर तथा धेनुकासुराचा संहार करणारे आपणच आहात.

रघुपति प्रबल पिनाक बिभंजन।
जग-हित जनक-सुता-मन रंजन।
गोकुल-पति गिरीधर गुन-सागर।
गोपी-रवन रास-रति-नागर॥
करुनामय कपि-कुल-हितकारी।
बालि-बिरोधि कपट-मृग-हारी।
गुप्त गोप-कन्या-ब्रत-पूरन।
द्विज-नारी दरसन दुख-चूरन॥
रावन-कुंभकरन-सिर छेदन।
तरुबर सात एक सर भेदन।
संखचूड़-चानूर-सँहारन।
सक्र कहै मम रच्छा-कारन॥
उत्तर-क्रिया गीध की करी।
दरसन दै सबरी उद्धरी।
जे पद सदा संभु-हितकरी।
जे पद परसि सुरसी गारी।

भावार्थ : प्रस्तुत पदात सूरदास कृष्ण भगवानांसाठी म्हणतात – शिवधनुष्याचं खंडन करणारे, जगहितकारी आणि सीतेचं हृदय जिंकणारे श्री रघुपती राम आपणच आहात. खरंतर आपणच गोकूळ-अधिपती श्रीकृष्ण आहात.

गोवर्धन पर्वताला करंगळीवर उचलणारे, गुणांचा सागर, गोपींच्या हृदयात वास करणारे आणि त्यांच्यासमवेत रासलीला करणारे कन्हैया आपणच आहात. आपणच करुणामय, कपि-कुलाचा राजा सुग्रीवाचे शुभचिंतक, बालीचे वैरी आणि कपटी मृगाचा वध करणारे राम आहात. आपणच श्रेष्ठ वराची प्राप्ती होण्यासाठी गुप्त गोपकन्या व्रताला पूर्ण करणारे आहात, ब्राह्मण स्त्रियांना दर्शन देऊन त्यांचं दुःख

हरण करणारे, रावणाचा आणि कुंभकर्णाचा शिरच्छेद करणारे आणि एकाच बाणाने सात वृक्षांना पाडणारेही आपणच आहात.

शंखचूड, चाणूर यांचा वध करणारे आणि इंद्ररक्षक आपणच आहात. त्रेतायुगात आपणच गृधराज जटायूचा अंतिम संस्कार केला आणि शबरीला दर्शन देऊन परलोक प्राप्त करून दिला. सदाशिव आपल्या चरणांचे ध्यान करतात. आपला चरणस्पर्श करूनच गंगा उत्पन्न झाली.

अशा प्रकारे सूरदासांनी श्रीकृष्ण, श्रीहरी, विष्णू आणि राम यांच्यातील भेदच मिटवून टाकला.

जे पद रमा हृदय नहिं टारैं।
जे पद तिहूँ भुवन प्रतिपारैं।
जे पद अहि-फन-फन प्रति धारी।
जे पद बृंदा-बिपिन-बिहारी॥
जे पद सकटासु-संहार।
जे पद पांडव-गृह पग धारी।
जे पद रज गौतम-तिय-तारी।
जे पद भक्तनि के सुखकारी॥
सूरदास सु जाँचत ते पद।
करहु कृपा अपने जन पर सद॥

भावार्थ : या स्तुतीत सूरदास म्हणतात, 'जे कमलसमान चरण, लक्ष्मी आपल्या हृदयापासून वेगळे होऊ देत नाही; जे चरण तिन्ही लोकांचे त्राता आहेत; ज्या चरणांना आपण कालिया नागाच्या फण्यावर ठेवले; ज्या चरणांनी वृंदावनात क्रीडा केली, विहार केला; ज्या चरणांनी शकटासुराचा वध केला; जे चरण पांडवांच्या घरी गेले; ज्या चरणांच्या रजःकणांनी गौतमपत्नी अहिल्या शापमुक्त झाली; जे चरण भक्तांसाठी सदा हितकारी आहेत, त्या चरणांशी विनीत होऊन सूरदास अशी प्रार्थना करत आहे, या सेवकावर प्रभूकृपेचा वर्षाव सदैव राहो!'

सुरभि-मंडल, मध्य भुज सखा-अंस-दियैं,
त्रिभँगि सुंदर लाल अति बिराजै।

बिस्वपूरनकाम कमल-लोचन खरे,
देखि सोभा काम कोटि लाजै॥
स्त्रवन कुंडल लोल, मधुर मोहन बोल,
बेनु-धुनि सुनि सखनि चित्त मोदै।
कलप-तरुबर-मूल सुभग जमुना-कूल,
करत क्रीड़ा-रंग सुख बिनोदै॥

भावार्थ : प्रस्तुत स्तुतीमध्ये सूरदास श्रीकृष्णाच्या मनोहारी रूपाचं वर्णन करत आहेत. ते म्हणतात, 'गायींच्या कळपात आपल्या मित्रांच्या खांद्यावर हात ठेवून, थोडे तिरप्या मुद्रेने उभा असलेला श्याम किती सुंदर दिसत आहे! जगातील सर्व सजीवांचे मनोरथ पूर्ण करणारे त्याचे नयन कमळाप्रमाणे सुंदर आहेत. माझे प्रभू, श्रीकृष्णाच्या रूपसौंदर्यापुढे कोट्यवधी कामदेव फिके आहेत. त्यांच्या कानात कुंडल शोभत आहेत. मनमोहनाची वाणी किती मधुर आहे. त्याच्या बासरीची मधुर धून ऐकून गोपगोपींचं मन किती आनंदित होत आहे. अशा प्रकारे यमुनाकिनाऱ्यावर श्रेष्ठ कल्पवृक्षाखाली खेळत असताना श्रीकृष्ण परमसुखद हास्यविनोद करत असतात.'

देव, किन्नर, सिद्ध, सेस, सुक, सनक, सिब,
देखि बिधि, ब्यास मुनि सुजस गायौ।
सूर गोपाललाल सोयी सुख-निधि नाथ,
आपुनौ जानि कै सरन आयौ॥

भावार्थ : सूरदास यमुना तटावर खेळणाऱ्या कृष्णाबद्दल लिहितात – 'देवगण किन्नर, सिद्ध मुनी, शेषनाग, शुकदेव, सनकादिक ऋषी, शिव तथा ब्रह्मासमवेत सर्व देव श्यामसुंदराची ही मनोहर लीला पाहून प्रसन्न होत आहेत. व्यास मुनींनी स्वतः या लीलेचं दर्शन घेतलं आहे. शिवाय, त्याचं गुणगान पुराणांमधूनदेखील केलं आहे. त्याच सुखनिधी श्यामसुंदराला आपला मानून हा सूरदास त्याला शरण आलाय. तो कृष्ण माझ्यावर कृपेचा वर्षाव करो!'

•••

हे पुस्तक वाचल्यानंतर कृपया आपला अभिप्राय books.feedback@tejgyan.org या पत्त्यावर अवश्य पाठवा.

स्वीकार मंत्र मुद्रा

सरश्री - अल्प परिचय

सरश्रींचा आध्यात्मिक शोधाचा प्रवास त्यांच्या बालपणापासूनच सुरू झाला होता. हा शोध सुरू असतानाच त्यांनी अनेक प्रकारच्या पुस्तकांचे अध्ययन केले. त्याचबरोबर या शोधकाळात त्यांनी अनेक ध्यानपद्धतींचा अभ्यासही केला. त्यांच्यातील या जिज्ञासेने त्यांना अनेक वैचारिक आणि शैक्षणिक संस्थांमध्ये जाण्यासाठी प्रेरित केले. जीवनाचे रहस्य समजण्यासाठी त्यांनी प्रदीर्घ काळ मनन करून आपले शोधकार्य सातत्याने सुरू ठेवले. या शोधातूनच त्यांना 'आत्मबोध' प्राप्त झाला.

आत्मसाक्षात्कारानंतर त्यांना जाणवले की, अध्यात्माचा प्रत्येक मार्ग ज्या शृंखलेने जोडलेला आहे, तो म्हणजे 'समज' (Understanding). आत्मबोधप्राप्तीनंतर त्यांनी अध्यापनाचे कार्य थांबवले आणि जवळजवळ दोन दशकांहूनही अधिक काळ आपले समस्त जीवन मानवजातीच्या कल्याणासाठी आणि आध्यात्मिक विकासासाठी अर्पण केले.

सरश्री म्हणतात, ''सत्यप्राप्तीच्या सर्व मार्गांचा आरंभ वेगवेगळ्या मार्गांनी होत असला, तरी सर्वांचा अंत मात्र एकच समज प्राप्त केल्याने होतो. ही 'समज'च सर्व काही असून ती स्वतःमध्ये परिपूर्ण आहे. आध्यात्मिक ज्ञानप्राप्तीसाठी या 'समजे'चे श्रवणच पुरेसे आहे.'' ही समज प्रकाशमान करण्यासाठी आजपर्यंत त्यांनी आध्यात्मिक विषयांवर तीन हजारांहून अधिक प्रवचने दिली आहेत. या प्रवचनांद्वारे ते अध्यात्मातील अतिशय गहन संकल्पना सहज, सुलभ आणि व्यावहारिक भाषेत

समजावून सांगतात. समाजातील प्रत्येक स्तरावरील मनुष्य सरश्रींद्वारे सांगितल्या जाणाऱ्या या समजेचा लाभ घेऊ शकतो. त्यासाठी कोणत्याही धर्म, जात, उपजात, वर्ण, पंथ वा लिंग यांचे बंधन नसते.

विश्वाच्या प्रत्येक कानाकोपऱ्यांतील लोक आज 'तेजज्ञान'च्या अनोख्या ज्ञानप्रणालीचा लाभ घेत आहेत. याच व्यवस्थेचा आणखी एक महत्त्वपूर्ण भाग म्हणजे, दररोज सकाळी आणि रात्री ९ वाजून ९ मिनिटांनी लाखो लोक विश्वशांतीसाठी प्रार्थना करत आहेत.

तेजज्ञान फाउंडेशन - परिचय

तेजज्ञान फाउंडेशन आत्मविकासातून आत्मसाक्षात्कार प्राप्त करण्याचा एक मार्ग आहे. यासाठी सरश्रींद्वारा एक अनोखी बोधप्रणाली (System for Wisdom) निर्माण झाली आहे. या प्रणालीला आंतरराष्ट्रीय प्रमाणपत्राद्वारे ISO 9001:2015 च्या आवश्यकतेनुसार आणि निकष पडताळून सरळ, व्यावहारिक आणि प्रभावी बनवले गेले आहे.

या संस्थेच्या प्रबोधनपद्धतीच्या भिन्न पैलूंना (शिक्षण, निरीक्षण आणि गुणवत्ता) स्वतंत्र गुणवत्ता परीक्षकांद्वारे (Quality Auditors) क्रमबद्ध पद्धतीने पडताळले गेले. त्यानंतर या पैलूंना ISO 9001:2015 साठी पात्र समजून या बोधपद्धतीला हे प्रमाणपत्र प्रदान करण्यात आले.

या फाउंडेशनचे लक्ष्य आहे : नकारात्मक विचारांकडून सकारात्मक विचारांकडे वाटचाल. सकारात्मक विचारांकडून शुभ विचारांकडे म्हणजे हॅपी थॉट्सकडे प्रगती. शुभ विचारांकडून निर्विचार अवस्थेकडे मार्गक्रमण आणि निर्विचार अवस्थेच्या अंती आत्मसाक्षात्कार प्राप्ती. 'मी सर्व विचारांपासून मुक्त व्हावे' हा विचार म्हणजे शुभ विचार (हॅपी थॉट्स). 'मी प्रत्येक इच्छेपासून मुक्त व्हावे', अशी इच्छा म्हणजे शुभ इच्छा!

आपल्याला असे ज्ञान हवे आहे, की जे सामान्य ज्ञानापलीकडे आहे, जे प्रत्येक समस्येवरील उत्तर आहे, जे प्रत्येक समजुतीपासून, गृहीत धारणांपासून आपल्याला मुक्त करते, ईश्वरी साक्षात्कार घडवते, अंतिम सत्यात स्थापित करते.

आता वेळ आली आहे शाब्दिक, सामान्यज्ञानातून बाहेर येऊन तेजज्ञानाचा अनुभव घेण्याची!

महाआसमानी - अल्प परिचय

Self Development to Self Realization
towards Self Stabilization

तुम्हांला सर्वोच्च आनंद हवाय? असा आनंद, जो कोणत्याही बाह्य कारणावर अवलंबून नाही... जो प्रत्येक क्षणी वृद्धिंगत होतो. या जीवनात तुम्हांला प्रेम, विश्वास, शांती, समृद्धी आणि परमसंतुष्टता हवी आहे का? शारीरिक, मानसिक, सामाजिक, आर्थिक आणि आध्यात्मिक अशा आयुष्याच्या सर्व स्तरांवर यशस्वी होण्याची तुमची इच्छा आहे का? 'मी कोण आहे' हे तुम्हांला अनुभवाने जाणावेसे वाटते का?

तुमच्या अंतर्यामी अशा सर्व प्रश्नांची उत्तरे जाणण्याची इच्छा आणि 'अंतिम सत्य' प्राप्त करण्याची तृष्णा असेल, तर तेजज्ञान फाउंडेशनतर्फे आयोजित 'महाआसमानी शिबिरा'त तुमचे स्वागत आहे. हे शिबिर सरश्रींच्या मार्गदर्शनावर आधारित आहे.

महाआसमानी परमज्ञान शिबिराचा उद्देश

विश्वातील प्रत्येक मनुष्याने 'मी कोण आहे?', या प्रश्नाचे उत्तर जाणून तो सर्वोच्च आनंदाच्या अवस्थेत स्थापित व्हावा, हाच या शिबिराचा मुख्य उद्देश आहे. प्रत्येकाला असे ज्ञान प्राप्त व्हावे; जेणेकरून त्याने प्रत्येक क्षणी वर्तमानात जगण्याची कला आत्मसात करावी. तो भूतकाळाचे ओझे आणि भविष्याची चिंता यांतून मुक्त व्हावा. प्रत्येकाच्या आयुष्यात कधीही न संपणारा आनंद आणि योग्य समज यावी. शिवाय, प्रत्येकाने समस्या विलीन करण्याची कला आत्मसात करावी, मनुष्यजन्माचा उद्देश सफल व्हावा. 'मी कोण आहे? मी येथे का आहे? मोक्ष म्हणजे काय? या जन्मातच मोक्षप्राप्ती शक्य आहे का?' असे प्रश्न तुमच्या मनात असतील, तर त्यांवरील उत्तर आहे - 'महाआसमानी परमज्ञान शिबिर'.

तेजज्ञान फाउंडेशनच्या मुख्य शाखा

- **पुणे (रजिस्टर्ड ऑफिस)** - विक्रांत कॉम्प्लेस, तपोवन मंदिराजवळ, पिंपरी, पुणे ४११ ०१७. फोन : ०२०-२७४१ १२४०, २७४१ २५७६
- **मनन आश्रम** - सर्व्हे क्र. ४३, सणसनगर, नांदोशी गाव, किरकटवाडी फाटा, तालुका हवेली, जि. पुणे ४११ ०२४. फोन : ०९९२१० ०८०६०

विश्व शांति प्रार्थना

पृथ्वीवर शुभ्र प्रकाश (दिव्यशक्ती) येत आहे...
पृथ्वीतून सोनेरी प्रकाशाचा (चेतनेचा) उदय होत आहे...
विश्वातील सगळी नकारात्मकता दूर होत आहे...
सर्व जण प्रेम, आनंद आणि शांतीसाठी ग्रहणशील होत आहेत.

ही 'सामुदायिक अव्यक्तिगत प्रार्थना' तेजज्ञान फाउंडेशनचे सर्व सदस्य कित्येक वर्षांपासून सातत्याने करत आहेत. आनंदी लोकदेखील ही प्रार्थना करू शकतात. तसेच आजारी किंवा कोणत्याही समस्येमुळे त्रस्त असणारे लोकही ही प्रार्थना ग्रहण करून स्वास्थ्यलाभ घेऊ शकतात.

तुम्ही एखाद्या आजाराने वा समस्येने त्रस्त असाल, तर सकाळी अथवा रात्री ९ वाजून ९ मिनिटांनी ग्रहणशील होऊन शांत बसा. 'स्वास्थ्य आणि शांती यांचा शुभ्र प्रकाश प्रार्थना करणाऱ्या कित्येक लोकांद्वारे पृथ्वीवर येत आहे, त्याचप्रमाणे तो माझ्यावरही कार्य करत आहे; जेणेकरून मी स्वस्थ आणि शांत होत आहे.' असे मनात म्हणा. त्यानंतर काही वेळ याच भावावस्थेत राहून सर्वांना धन्यवाद द्या आणि मगच उठा!

नम्र निवेदन

विश्वशांतीसाठी लाखो लोक दररोज सकाळी आणि रात्री ९:०९ मिनिटांनी वर दिलेली प्रार्थना करत आहेत. तसेच भारतीय वेळेनुसार दररोज सकाळी ६.१५, दुपारी ३.३० आणि रात्री ९.०० वाजता 'ध्यान प्रार्थना बीज' यूट्यूबच्या माध्यमातून प्रसारित केले जाते. कृपया आपणही यामध्ये सहभागी व्हा.